കൽബുർഗി
സാഹിത്യത്തിലെ രക്തസാക്ഷി

kalburgi
sahithyathile rakthasakshi

●

payyannoor kunjiraman

●

first edition
january 2016

●

second edition
november 2017

●

second impression
january 2021

●

typesetting & published
chintha publishers, thiruvananthapuram

●

●

cover
vinod

●

വിതരണം

ദേശാഭിമാനി ബുക്ക് ഹൗസ്

H O തിരുവനന്തപുരം–695 035
phone: 0471-2303026, 6063026
www.chinthapublishers.com
chinthapublishers@gmail.com

ബ്രാഞ്ചുകൾ

ഹെഡ്ഡാഫീസ് ബ്രാഞ്ച് കുന്നുകുഴി ● സ്റ്റാച്യു തിരുവനന്തപുരം ● കെ എസ് ആർ ടി സി ബസ് സ്റ്റേഷൻ ആലപ്പുഴ ● കെ എസ് ആർ ടി സി ബസ് സ്റ്റേഷൻ എറണാകുളം ● മച്ചിങ്ങൽ ലെയിൻ തൃശൂർ ● ഐ ജി റോഡ് കോഴിക്കോട് ● മാവൂർ റോഡ് കോഴിക്കോട് ● എൻ ജി ഒ യൂണിയൻ ബിൽഡിങ് കണ്ണൂർ ● സെൻട്രൽ ബസ് ടെർമിനൽ കോംപ്ലക്സ് താവക്കര കണ്ണൂർ

CR - 1741 / 4443
ISBN - 978-93-85045-31-8

കൽബുർഗി
സാഹിത്യത്തിലെ രക്തസാക്ഷി

പയ്യന്നൂർ കുഞ്ഞിരാമൻ

ചിന്ത പബ്ലിഷേഴ്സ്
തിരുവനന്തപുരം-695 035

പയ്യന്നൂർ കുഞ്ഞിരാമൻ

പയ്യന്നൂരിൽ മഹാദേവഗ്രാമത്തിനടുത്ത രാമനാത്ത് വീട്ടിൽ ജനനം. പ്രാഥമികവിദ്യാഭ്യാസം കഴിഞ്ഞ് തൊഴിലാളിയായി. പ്രൈവറ്റായി പഠിച്ച് ബിരുദങ്ങൾ നേടി. ഹൈസ്കൂൾ അദ്ധ്യാപകനായി. തളിപ്പറമ്പ് മൂത്തേടത്ത് ഹൈസ്കൂളിൽ നിന്ന് വിരമിച്ചു. പുരോഗമനകലാസാഹിത്യസംഘം സംസ്ഥാന കമ്മിറ്റിയംഗമാണ്. സാക്ഷരതാമിഷൻ എക്സി ക്യൂട്ടീവ് അംഗമായും പ്രവർത്തിച്ചു. വിവർത്തനം, ചരിത്രം, ജീവചരിത്രം, ബാലസാഹിത്യം തുടങ്ങിയ മേഖലകളി ലായി 57 കൃതികൾ പ്രസിദ്ധീകരിച്ചിട്ടുണ്ട്. ചിന്ത പുറത്തി റക്കുന്ന പതിനാറാമത്തെ ഗ്രന്ഥമാണിത്. 2005 ൽ അബു ദാബി ശക്തി അവാർഡ് ലഭിച്ചു.

ചിന്ത പുറത്തിറക്കിയ കൃതികൾ: *ചാർവാകൻ* (നോവൽ), *പിറവി, നിരഞ്ജനയുടെ കഥകൾ, കാവേരി എന്റെ രക്തം* (വിവർത്തനം), *ഒരേയൊരു പി ജി – ജീവചരിത്രം, ഒറ്റക്കാ ലൻ ഞണ്ട്, ഏലംകുളത്തെ കുഞ്ചു, എനിക്കും വേണം സ്വാതന്ത്ര്യം, കളിയാട്ടക്കഥകൾ, കൃതികൾ കഥകൾ, കുട്ടി കളുടെ നായനാർ, പുരാണത്തിലെ അമ്മമാർ, പുരാണ ത്തിലെ കുട്ടികൾ, ബീർബലിന്റെ തമാശകൾ, ഇ എം എസ് കഥകൾ* (ബാലസാഹിത്യം).

ഭാര്യ   : സത്യഭാമ എ കെ
മക്കൾ   : സബിത, സൂരജ്

വിലാസം   : 'ശ്രീഹരി'
              ചാലക്കോട് പി ഒ
              പയ്യന്നൂർ – 670307
              കണ്ണൂർ ജില്ല
ഫോൺ   : 9447209774

ഉള്ളടക്കം

പ്രസാധകക്കുറിപ്പ്

ഇന്ത്യൻ രാഷ്ട്രീയാന്തരീക്ഷത്തിലേക്ക് അസഹിഷ്ണുതയുടെ വിഷ പ്പുക പരക്കാൻ തുടങ്ങിയിട്ട് വർഷങ്ങൾ ഏറെയായി. എതിരഭിപ്രായ ങ്ങൾക്ക് ഇടമുണ്ടാവുക ജനാധിപത്യത്തിന്റെ സവിശേഷതയാണ്. മതാ ധിഷ്ഠിത സമൂഹങ്ങൾക്കും അതിനാൽ നയിക്കപ്പെടുന്ന സർക്കാരു കൾക്കും അതിനു കഴിയുകയില്ല എന്നത് ചരിത്രപാഠമാണ്. മതേതര മൂല്യങ്ങൾ ജനാധിപത്യത്തിന്റെ ഹൃദയമാവണം. സംഘപരിവാർ ശക്തി കൾ ഭരണത്തിലേറിയതോടെ എതിരഭിപ്രായം പ്രകടിപ്പിക്കുന്നവരെ വക വരുത്തുന്ന രാഷ്ട്രീയവും ശക്തിപ്പെട്ടു. യുക്തിചിന്ത ഉയർത്തിപ്പിടിച്ച് പ്രവർത്തിച്ചുപോന്ന നരേന്ദ്ര ധാബോൽക്കർ ജാതിവിവേചനത്തിനും അന്ധവിശ്വാസത്തിനും എതിരായ പോരാട്ടം നയിച്ചു. ഫലമോ 2013 ആഗസ്ത് 20 ന് പ്രഭാത സവാരിക്കിടയിൽ ശിരസ്സിലും നെഞ്ചിലും വെടി യേറ്റു. സി പി ഐ നേതാവും ചിന്തകനുമായിരുന്നു ഗോവിന്ദപൻസാ രെ. 2015 ഫെബ്രുവരി 16 ന് പ്രഭാതസവാരിക്കിടയിൽ അദ്ദേഹത്തിന്റെ നെഞ്ചിലും വെടിയുണ്ട തറച്ചു. ഇരുവരും മഹാരാഷ്ട്രക്കാരായിരുന്നു. പുരോഗമന ആശയങ്ങൾ ഉയർത്തിപ്പിടിച്ചവരായിരുന്നു. അവരുടെ വഴിയേ സഞ്ചരിച്ചയാളായിരുന്നു പ്രൊഫസർ എം എം കൽബുർഗി. ഹിന്ദുമത ത്തിലെ കീഴാള വിരുദ്ധതയും വിഗ്രഹാരാധനയും പൗരോഹിത്യ പ്രാമാ ണിത്വവും ചോദ്യം ചെയ്ത ബസവണ്ണന്റെ വചനസാഹിത്യം പ്രചരിപ്പി ച്ചതാണ് പ്രൊഫ. കൽബുർഗിയുടെ തെറ്റ്. മൂന്നു പേരുടെ കൊലപാത കവും ഒരേ രീതിയിൽ. പിന്നിൽ ഒരേ ശക്തികൾ. അസഹിഷ്ണുതയുടെ ശക്തികൾ. കൽബുർഗിയുടെ ജീവിതവും കാലവും രചനകളും അടയാ ളപ്പെടുത്തുകയാണീ കൃതിയിൽ. പയ്യന്നൂർ കുഞ്ഞിരാമന്റെ സരളമായ രചനാശൈലി ഈ പുസ്തകത്തിന്റെ മുതൽക്കൂട്ടാണ്. ഈ പുസ്തക ത്തിന്റെ രണ്ടാം പതിപ്പ് സസന്തോഷം പുറത്തിറക്കുന്നു.

ചിന്ത പബ്ലിഷേഴ്സ്

ചിന്താസ്വാതന്ത്ര്യം ഹനിക്കപ്പെടുമ്പോൾ

എം എ ബേബി

കർണ്ണാടകയിലെ പുരോഗമന ചിന്തകനും യുക്തിബോധത്തി ന്റെയും ശാസ്ത്രചിന്തയുടെയും പ്രചാരകനും ഹംപി സർവ്വകലാശാല മുൻ വി സിയുമായ പ്രൊഫസർ എം എം കൽബുർഗി കൊല്ലപ്പെട്ട സംഭവം രാജ്യം വളരെ ആപല്ക്കരമായ ഒരു ദുരവസ്ഥയിലേക്കാണ് നീങ്ങിക്കൊണ്ടിരിക്കുന്നത് എന്ന് വ്യക്തമാക്കുന്നു. വിഗ്രഹാരാധനയ്ക്കും അന്ധവിശ്വാസങ്ങൾക്കുമെതിരെ അദ്ദേഹം സ്വീകരിച്ച പരസ്യനിലപാട് മത-യാഥാസ്ഥിതിക വാദികളെ വിറളിപിടിപ്പിച്ചു. അക്കൂട്ടർ ആണ് ഈ വധത്തിനുപിന്നിൽ എന്നതിൽ സംശയമില്ല.

പ്രൊഫ. കൽബുർഗിക്കു മുമ്പു തന്നെ ഹിന്ദുത്വ സംഘടനകളിൽ നിന്ന് ഭീഷണിയുണ്ടായിരുന്നു. വിഗ്രഹാരാധനയ്ക്കെതിരെ കഴിഞ്ഞ ജൂൺ ഒമ്പതിന് നടത്തിയ പൊതു പ്രസ്താവനയുടെ പേരിൽ ചില ഹിന്ദുത്വ സംഘടനകൾ കൽബുർഗിക്കെതിരെ രംഗത്തുവന്നിരുന്നു. അന്തരിച്ച സാഹിത്യകാരൻ യു ആർ അനന്തമൂർത്തിയുടെ കൃതിയെ ഉദ്ധരിച്ചായി രുന്നു കൽബുർഗിയുടെ പ്രസംഗം. വിശ്വഹിന്ദുപരിഷത്, ബജ്രംഗദൾ, ശ്രീരാം സേന തുടങ്ങിയ സംഘടനകൾ സംസ്ഥാന വ്യാപകമായി കൽബുർഗിക്കെതിരെ പ്രതിഷേധവും സംഘടിപ്പിച്ചിരുന്നു. പ്രതിഷേധ ക്കാർ കൽബുർഗിയെ കല്ലുകളും സോഡാക്കുപ്പികളുംകൊണ്ട് ആക്രമി ച്ചിരുന്നു. ഭീഷണിയെത്തുടർന്ന് കൽബുർഗിയുടെ വീടിന് ഏർപ്പെടുത്തി യിരുന്ന പൊലീസ് കാവൽ സമീപകാലത്താണ് പിൻവലിച്ചത്.

പൂനയിൽ നരേന്ദ്ര ധാബോൽക്കർ നിഷ്ഠുരമായി വധിക്കപ്പെട്ടത് സമാനസാഹചര്യത്തിലായിരുന്നു. ചിന്താപരമായ സ്വാതന്ത്ര്യം ഒരു ജനാ

ധിപത്യരാജ്യത്തിന്റെ മുഖമുദ്രയാണ്. ഇത് തകർക്കാൻ പലതരം മത വർഗ്ഗീയ ശക്തികൾ നടത്തുന്ന ശ്രമങ്ങളെ എന്തു വിലകൊടുത്തും ചെറു ത്തുതോല്പിച്ചേ മതിയാകൂ.

പ്രൊഫ. കൽബുർഗിയുടെ ഘാതകരെ അറസ്റ്റുചെയ്ത് നീതിന്യായ വ്യവസ്ഥയുടെ കീഴിൽ കൊണ്ടുവരാൻ കർണ്ണാടകയിലെ സിദ്ധരാമയ്യ സർക്കാർ അടിയന്തര നടപടി സ്വീകരിക്കണം.

1

സാഹിത്യത്തിലെ രക്തസാക്ഷി

ഇന്നലെ രാത്രി ഏതോ യാമത്തിൽ
വാതിലിൽ തട്ടുന്ന ശബ്ദം
ഇങ്ങനെ ഏതു വാതിലിലും
എപ്പോൾ വേണമെങ്കിലും
തട്ടുന്ന ശബ്ദമുണ്ടാകാം.

ഡോ. എം എം കൽബുർഗിയുടെ രക്തസാക്ഷിത്വം കേട്ടറിഞ്ഞപ്പോൾ ആദ്യം മനസ്സിൽ തുടിച്ചുവന്ന വരികളാണിവ. പ്രശസ്ത കന്നഡ എഴു ത്തുകാരിയും സാമൂഹ്യപ്രവർത്തകയും ഹാസനിലെ വക്കീലുമായ ഭാനു മുഷ്താക്കാണ് ഇത് എഴുതിയത്. വാതിൽ തുറന്ന് അകത്തെത്തിയവർ തന്റെ പേന തച്ചുടച്ച് ചുട്ടെരിച്ചെന്ന് അവർ എഴുതുന്നു. കൽബുർഗിയുടെ അനുഭവവും സമാനം തന്നെ. അദ്ദേഹത്തിന്റെ വീട്ടുവാതിലിലും ഏതു സമയത്തും മുട്ടുന്ന ഒച്ചയുണ്ടാകുമെന്ന് ആ കുടുംബം പ്രതീക്ഷിച്ചിരുന്നു.

വടക്കൻ കർണ്ണാടകത്തിലെ ധാർവാഡ് നഗരത്തിലുള്ള കല്യാൺ നഗർ ഒമ്പതാം ക്രോസിലുള്ള വീട്ടിൽ കൽബുർഗിയും ഭാര്യയും മകളും പേരമക്കളും കഴിഞ്ഞുവരികയായിരുന്നു. വീടിനിട്ട പേരിലും പുതുമയുണ്ട്. 'സൗജന്യ' ആർക്കും എപ്പോഴും കടന്നുവരാമെന്ന വിശാല കാഴ്ചപ്പാട് സൂചിപ്പിക്കുന്നതാണ് വീട്ടുപേര്. അന്നും രാവിലെ ഉണർന്ന് പതിവു പോലെ പ്രാഥമിക കർമ്മങ്ങൾ കഴിച്ച് ചായകുടിച്ച് സോഫയിൽ ഇരി ക്കുകയായിരുന്നു. പതിവായി പ്രഭാത സവാരി നടത്തുന്ന ആളാണ് കൽബുർഗി. എന്നാൽ കണ്ണ് ഓപ്പറേഷൻ നടത്തിയതിനാൽ ഒരാഴ്ചയായി നടത്തം നിർത്തിയിരിക്കുകയായിരുന്നു. രണ്ടുമൂന്നു ദിവസങ്ങളിലായി കൂടുതൽ വായിക്കുകയോ എഴുതുകയോ ചെയ്തിരുന്നില്ല.

ഈ സമയം മൊബൈൽ ശബ്ദിച്ചു. ഭീഷണി നിലനില്ക്കുന്നതു

കൊണ്ട് വളരെ സൂക്ഷിച്ചേ മൊബൈൽ കൈകാര്യം ചെയ്തിരുന്നുള്ളൂ. അടുത്ത ദിവസം നടക്കാനിരിക്കുന്ന ഒരു പരിപാടിയെ സംബന്ധിച്ചതാ യിരുന്നു ആ കോൾ. കൽബുർഗി ഫോണിൽ സംസാരിച്ചുകൊണ്ടിരിക്കെ പുറത്ത് ബൈക്ക് വന്നുനിന്ന ഒച്ച. തുടർന്ന് കോളിങ്ബെൽ ശബ്ദിച്ചു. ഫോണിൽ സംസാരിച്ചുകൊണ്ടുതന്നെ കൽബുർഗി വാതിൽ തുറന്നു. ആരാണെന്നു നോക്കാതെ മുറിയിൽ വന്ന് മൊബൈൽ സംസാരം തുടർന്നു. അടുക്കളയിലുള്ള ഭാര്യ ഉമാദേവി കോളിങ്ബെൽ അടിക്കു ന്നതുകേട്ടു. അവർ കൽബുർഗിയുടെ സമീപത്തേക്ക് വന്നെങ്കിലും ആരെയും കണ്ടില്ല. വേഗം പുറത്തിറങ്ങിനോക്കി. ബൈക്കിൽ വന്നവർ ഇറങ്ങിനില്ക്കുകയായിരുന്നു.

"പുറത്തു രണ്ടുപേർ കാത്തുനില്ക്കുന്നു." ഭാര്യ പറഞ്ഞു. അവർ അടുക്കളയിലേക്ക് പോവുകയും ചെയ്തു.

"സാർ...സാർ..." പുറത്തുനിന്നുള്ള വിളി.

"ആരാ...? ആരാ....?" കൽബുർഗിയുടെ ചോദ്യം.

"അങ്ങയുടെ ശിഷ്യന്മാർ....".

ഇത്രയും പറഞ്ഞശേഷം അവരോട് അകത്തേക്ക് വരാൻ നിർദ്ദേശി ച്ചു. പുറത്തുള്ളവർ തിടുക്കപ്പെടുകയായിരുന്നു.

കറുത്ത പാന്റും കോട്ടും ധരിച്ച ചെറുപ്പക്കാർ അകത്തുകടന്നു. വല്ലതും ചോദിക്കാൻ അവസരം കിട്ടുന്നതിനു മുമ്പേ ആദ്യം വന്ന ചെറു പ്പക്കാരൻ തോക്കുയർത്തി. കൽബുർഗി ഭയപ്പാടോടെ എന്താ എന്താ എന്ന് ചോദിച്ചിരിക്കണം. ശിഷ്യന്മാരായി വന്നവരിൽനിന്ന് ഇങ്ങനെയൊരു പ്രതികരണം അദ്ദേഹം പ്രതീക്ഷിച്ചിരിക്കില്ല. പക്ഷേ, വന്നവർക്ക് ലക്ഷ്യ മുണ്ടായിരുന്നു. ദിവസങ്ങളായി കാത്തിരുന്ന സന്ദർഭം അവർ വിനിയോ ഗിച്ചു. ധബോൽക്കരെയും പൻസാരെയെയും വെടിയുണ്ടയ്ക്കിരയാക്കി യതുപോലെ കൽബുർഗിക്കു നേരെയും ആ ഘാതകർ വെടിയുണ്ട പായി ച്ചു. ഒന്ന് നെറ്റിത്തടത്തിലേക്ക്. രണ്ടാമത്തേത് നെഞ്ചിലേക്ക്. വെടിവെച്ച് കൈത്തഴക്കം വന്നവരായിരുന്നു അവർ. ഒറ്റവെടികൊണ്ടെങ്ങനെ പ്രാണ നെടുക്കാമെന്ന് അവർക്ക് നന്നായറിയാമായിരുന്നു.

വെടിശബ്ദം കേട്ട് ഉമാദേവി അടുക്കളയിൽനിന്നോടിവന്നു. മുറിയി ലുള്ള മകളും ഓടിവന്നു. കൽബുർഗി കുഴഞ്ഞുവീണു. മിഴികൾ തുറന്ന് ഭാര്യയെയും മകളെയും അവസാനമായി കാണാനും കഴിഞ്ഞില്ല. അയൽപക്കത്തുള്ളവർ വെടിശബ്ദം കേട്ടിരുന്നു. സാധാരണ അത്തരം വെടിശബ്ദം കല്യാണ്‍നഗറിൽ പതിവാണ്. ആ ഭാഗത്ത് കുരങ്ങന്മാരുടെ ശല്യമുണ്ട്. അവയെ ഓടിക്കാൻ പടക്കംപൊട്ടിക്കുമായിരുന്നു. എന്നാൽ നിലവിളി കേട്ടതോടെ അയല്‍പക്കക്കാർ ഓടിയെത്തി. കൽബുർഗിയെ കാറിൽക്കിടത്തി ആസ്പത്രിയിലേക്ക് ഓടിച്ചുപോയി. ആസ്പത്രിയിലെ ത്തുമ്പോഴേക്കും ആ ജീവിതം അസ്തമിച്ചുകഴിഞ്ഞിരുന്നു.

ബൈക്കിൽ വന്നവർ കൃത്യനിർവ്വഹണത്തിനുശേഷം ഉടൻ രക്ഷ പ്പെട്ടു. അയല്‍ക്കാർക്ക് അവരെ തിരിച്ചറിയാൻ കഴിഞ്ഞില്ല.

കർണ്ണാടകനാടൊന്നാകെ കൽബുർഗിവധത്തിൽ നടുങ്ങിവിറച്ചു. നാനാനഗരങ്ങളിലുള്ള ശിഷ്യഗണങ്ങൾ ധാർവാഡിലേക്ക് കുതിച്ചു. ആർക്കും വിശ്വസിക്കാനായില്ല തങ്ങളുടെ ഗുരുനാഥൻ ഇനിയില്ലെന്ന്. 1948 ജനുവരി മുപ്പതിന് മഹാത്മാഗാന്ധി കൊല്ലപ്പെട്ടത് ഇതിനു സമാന മായ രീതിയിലാണ്. ഗാന്ധിജി പ്രാർത്ഥനാമന്ദിരത്തിലെത്തിയപ്പോൾ ഗോഡ്സേ എന്ന യുവാവ് ബഹുമാനത്തോടെയാണ് അടുത്തുവന്നത്. മുന്നോട്ട് നിവർന്നുനിന്ന ഘാതകനെ മനുബെൻ തടയാൻശ്രമിച്ചെങ്കിലും തട്ടിമാറ്റിക്കൊണ്ട് ഗോഡ്സേ മുന്നോട്ടുനീങ്ങി വെടിയുതിർത്തു. ഗാന്ധി ജിയുടെ വയറ്റിലും ശ്വാസകോശത്തിലുമായിരുന്നു വെടിയുണ്ടകൾ തുള ച്ചുകയറിയത്. കൽബുർഗിയുടെ നെറ്റിയിലും നെഞ്ചത്തും. ഗാന്ധിജിയുടെ കൊലപാതകം വളരെ വളരെ ആസൂത്രിതമായിരുന്നു. മുൻകൂട്ടി തയ്യാ റെടുപ്പുകൾ നടത്തിയിരുന്നെന്നാണ് ചരിത്രം സാക്ഷ്യപ്പെടുത്തുന്നത്. ഗാന്ധിജിയെ വധിച്ചത് മതതീവ്രവാദികളായിരുന്നു. കൽബുർഗിയെ വധി ച്ചതും അവർ തന്നെ. വർഷങ്ങൾ തമ്മിൽ വ്യത്യാസമുണ്ടെങ്കിലും മത വർഗ്ഗീയത തളരാതെ നിലനില്ക്കുന്നു എന്നാണിത് തെളിയിക്കുന്നത്. ഇന്ത്യയെ ഹിന്ദുരാഷ്ട്രമെന്ന് വാദിച്ചവർക്ക് ഗാന്ധിജി ഒരു തടസ്സമായി രുന്നു. ഹിന്ദുധർമ്മത്തിന്റെ അസ്തിത്വത്തെ കൽബുർഗിയും ചോദ്യം ചെയ്തു. കൽബുർഗിയുടെ കൊല സാഹിത്യലോകത്തിന് വലിയ നഷ്ട മുണ്ടാക്കിയെന്ന് കർണ്ണാടക മുഖ്യമന്ത്രി പറഞ്ഞത് അർത്ഥവത്താണ്. കൽബുർഗി കന്നഡസാഹിത്യത്തിലെ പ്രകാശ പ്രസരിപ്പായിരുന്നു. ഇതു പോലൊരു സംഭവം കർണ്ണാടകത്തിൽ മുമ്പ് നടന്നിട്ടില്ല. എഴുത്തുകാരെ ഭയപ്പെടുത്താനും കൊലപ്പെടുത്തുവാനുമുള്ള നീക്കം അത്യന്തം ഭീകര മാണെന്ന് കർണ്ണാടകത്തിലെ എഴുത്തുകാർ ചൂണ്ടിക്കാട്ടി.

അയൽപക്കത്ത് താമസിക്കുന്ന ഹനുമമ്മ എന്ന സ്ത്രീ ഓർമ്മിക്കു ന്നതിങ്ങനെ–

> ഞാൻ വീട്ടിൽ ഓരോ പണിയിലേർപ്പെട്ടിരിക്കുകയായിരുന്നു. പെട്ടെന്ന് രണ്ടുതവണ ഡം..ഡം എന്ന ഒച്ച കേട്ടൂ. അത് കൽബുർഗി അദ്ദേഹത്തിന്റെ വീട്ടിൽ നിന്നാണെന്നറിഞ്ഞു. പരിഭ്രമിച്ച ഞാൻ വേഗം ഓടിപ്പോയി. മുറിയിലേക്ക് നോക്കിയപ്പോൾ കൽബുർഗി ചോരയിൽ കുളിച്ച് നിലത്തുവീണു കിടക്കുന്നു. അദ്ദേഹത്തിന്റെ ഭാര്യ നിലവിളിക്കുകയായിരുന്നു. വീടിന്റെ മുമ്പിൽ നിർത്തിയിട്ടി രുന്ന ബൈക്ക് രണ്ട് ചെറുപ്പക്കാർ വേഗത്തിൽ ഓടിച്ചു പോകു കയും ചെയ്തു. പരിഭ്രമത്തിനിടയിൽ അവരെ ശ്രദ്ധിക്കാനായില്ല.

കർണ്ണാടക യൂണിവേഴ്സിറ്റിയുടെ ക്യാമ്പസിനോടു ചേർന്നാണ് കൽബുർഗിയുടെ വീട് സ്ഥിതിചെയ്തിരുന്നത്. അതുകൊണ്ട് കോളേജ് വിദ്യാർത്ഥികൾ അദ്ദേഹത്തെ കാണാൻ വരുന്നത് പതിവായിരുന്നു. 2015 ആഗസ്ത് 30 ന്റെ പ്രഭാതത്തിൽ വന്നവരും 'വിദ്യാർത്ഥി'കളായിരുന്നു. കൊലപാതക വാർത്തയറിഞ്ഞ് യൂണിവേഴ്സിറ്റി കോളേജിലെ

വിദ്യാർത്ഥികളും ജീവനക്കാരും ഓടിക്കൂടി. തങ്ങളുടെ പ്രിയപ്പെട്ട ഗുരു നാഥന് സംഭവിച്ച ദുരന്തം അവരെയെല്ലാം കരയിക്കുന്നതായിരുന്നു.

ഇതിഹാസത്തിൽ നടന്ന ബസവണ്ണ അവർകളുടെ കൊല വർത്ത മാന കാലത്ത് യാഥാർത്ഥ്യമായിത്തീർന്നതുപോലെയായി. മനു ഷ്യന് പാണ്ഡിത്യത്തോടെ ജീവിക്കുവാൻ പ്രയാസമായിരിക്കുന്നു. ജനാധിപത്യത്തെ കാത്തു രക്ഷിക്കണം. ഇല്ലെങ്കിൽ ഇവിടെ ആരും അവശേഷിക്കുകയില്ല.

പ്രൊഫസർ ചന്ദ്രശേഖർപാട്ടീൽ പറഞ്ഞത് വളരെയേറെ പ്രസക്ത മാണ്. വാളിനേക്കാൾ മൂർച്ച തൂലികത്തുമ്പിനുണ്ടെന്നാണ് കൽബുർഗി തെളിയിച്ചത്. ആത്മബലവും കരുത്തുംകൊണ്ടാണ് മതാന്ധശക്തികളെ അദ്ദേഹം നേരിട്ടത്. സാഹിത്യരംഗത്ത് സദാ ഉണർവ്വും ഉത്സാഹവും നില നിന്ന് കാണണമെന്നാണ് അദ്ദേഹം ആഗ്രഹിച്ചത്. നീതിയും ജീവിതസ മത്വവും വേണമെന്നാണ് അദ്ദേഹം പറഞ്ഞത്. അദ്ദേഹത്തിന്റെ കണ്ടെത്തലുകളെല്ലാം വർഗ്ഗീയതക്കെതിരെയുള്ള പ്രതിരോധമായിരുന്നു.

കൽബുർഗി യുക്തിചിന്തയും ശാസ്ത്രബോധവും ഉയർത്തിപ്പിടിച്ച എഴുത്തുകാരനായിരുന്നു. അഭിജാതമായ അഭിരുചിയുടെ വക്താക്കളെന്നു മേനിനടിക്കുന്ന വരേണ്യവർഗ്ഗത്തിന്റെ അവകാശവാദത്തെ അദ്ദേഹം നിശിതമായി ചോദ്യം ചെയ്തു. സാമൂഹികവും സാംസ്കാരികവുമായ ജീവിതത്തിലെ സർവ്വകാര്യങ്ങളും മൗലികമായി അധികാരവുമായും വിശ്വാസവുമായും ബന്ധപ്പെട്ടിരിക്കുമെന്നും കൽബുർഗി തിരിച്ചറിഞ്ഞു. പുരോഗമന ചിന്തയും അഭൂതപൂർവ്വമായ ഗവേഷണവേഗവും കൊണ്ടാ ണദ്ദേഹം പൊതുമണ്ഡലത്തെ ഇളക്കിമറിച്ചത്. ദേവന്നൂർ മഹാദേവ ശക്ത മായി പ്രതിഷേധിച്ചുകൊണ്ട് പറഞ്ഞു:

കന്നഡഭാഷയിലെ അത്യപൂർവ്വ പ്രതിഭ കൽബുർഗിയുടെ കൊല സാഹിത്യത്തിനേറ്റ ഏറ്റവും വലിയ ആഘാതമാണ്. നാടിന്റെ സംസ്കാരത്തെയാണ് ഘാതകർ വെടിവെച്ച് തകർത്തത്. ഇക്കാ ര്യത്തിൽ ഫലപ്രദമായ അന്വേഷണം നടത്തണം. എഴുത്തുകാരെ അപകടപ്പെടുത്തുന്ന ക്രൂരത ഇതോടെ അവസാനിക്കണം.

കന്നഡസാഹിത്യ നിരൂപണരംഗത്തും ഗവേഷണരംഗത്തും കൽബുർഗി നടത്തിയത് അപൂർവ്വ സൃഷ്ടിയാണ്. അദ്ദേഹത്തിൽനിന്ന് ഇനിയും ഏറെ ലഭിക്കാനിരിക്കുന്നതേയുള്ളൂ. പക്ഷേ, അതിന് വർഗ്ഗീയ വാദികൾ അനുവദിച്ചില്ല. കറുത്തമനസ്സുള്ളവർ എന്നും വെളിച്ചത്തെ ഭയ പ്പെട്ടിരുന്നു. പരിഷ്കൃത സമൂഹത്തിന് തലയുയർത്താനാവാത്ത സംഭ വമെന്ന് എഴുത്തുകാരി ഉമശ്രീ അഭിപ്രായപ്പെട്ടു. കൽബുർഗി ഏറ്റവും വലിയ മനുഷ്യസ്നേഹിയായിരുന്നു. അദ്ദേഹത്തിന്റെ നെറ്റിയിൽ ആണ്ടി റങ്ങിയ വെടിയുണ്ട മാനവികതയുടെ നെഞ്ചു തകർക്കുന്നതായിരുന്നു. മുൻ പ്രധാനമന്ത്രി എച്ച് ഡി ദേവഗൗഡ പറഞ്ഞതിങ്ങനെ:

പ്രതിഭാധനനായ ഒരെഴുത്തുകാരനെ പട്ടാപ്പകലാണ് ആക്രമിച്ചത്. വെടിയുതിർത്ത് ആ ഗവേഷകന്റെ ചിന്തകളെ തകർത്തെറിഞ്ഞത് രാജ്യത്തിനാകെ അപമാനകരമാണ്. രാജ്യത്ത് നീതിയും നിയമവും ജനാധിപത്യവ്യവസ്ഥയും അപകടപ്പെട്ടതിന് തെളിവാണ് ഈ കൊലപാതകം. തലമുതിർന്ന ഗവേഷകന്റെ തിരോധാനം കന്നഡ സാഹിത്യത്തെ ദരിദ്രമാക്കിയിരിക്കുന്നു.

കൽബുർഗി അമാനുഷ പ്രതിഭയായിരുന്നു. അദ്ദേഹത്തിൽനിന്ന് ഇനിയും സാഹിത്യ- സാംസ്കാരിക സംഭാവനകൾ പ്രതീക്ഷിച്ചിരിക്ക യായിരുന്നു. അതിനിടയിലാണ് ഈ ദുരന്തം സംഭവിച്ചതെന്ന് എഴുത്തു കാർ പ്രതികരിച്ചു. സാഹിത്യകാരൻ ഡോ. സോമശേഖരൻ കൽബുർഗി യുടെ നിർഭയത്വത്തെക്കുറിച്ചാണ് സംസാരിച്ചത്. എന്തും നെഞ്ചുറപ്പോടെ തുറന്നു പറയുന്ന ശീലം. കേൾക്കുന്നവരുടെ പ്രതികരണത്തിൽ ഒട്ടും ആശങ്കയില്ല. വാക്കിലും കർമ്മത്തിലും എന്നതുപോലെ ജീവിതത്തിലും സുതാര്യത പുലർത്തി. ഗവേഷണത്തിലെ പഴയധാരണകൾ തിരുത്തി ക്കുറിച്ച് നവീന കണ്ടെത്തലുകൾ നടത്തിയത് പാരമ്പര്യവാദികൾക്ക് സഹിക്കാവുന്നതായിരുന്നില്ല. അദ്ദേഹം ലിംഗായത്ത് സമുദായരീതിയ നുസരിച്ച് ജീവിതം നയിക്കുന്ന വ്യക്തിയായിരുന്നു. അദ്ധ്വാനിച്ച് ജീവി ക്കണം എന്നാണ് ബസവചനം ആവശ്യപ്പെടുന്നത്.

കൊന്നു പരിഹരിക്കേണ്ടതല്ല കൽബുർഗിയുടെ ജീവിതം. സംവാദം നടത്തി അനുഭാവം കൊള്ളാനുള്ളതാണ്. പ്രബുദ്ധമായ ഒരു സമൂഹ ത്തിനും ഉദാരമതികളായ പൊതു പ്രവർത്തകർക്കും അല്പംപോലും മനഃപ്രയാസം കൂടാതെ കൽബുർഗിയെ ഉൾക്കൊള്ളാൻ കഴിയണമായി രുന്നു. സമൂഹത്തിലെ ഇരുളടഞ്ഞ കോണുകളെ വെളിച്ചംകൊണ്ട് തെളി യിച്ചെടുക്കണമെന്നാണ് അദ്ദേഹം ആഗ്രഹിച്ചത്. ചൂഷണവും അയി ത്തവുംകൊണ്ട് വീർപ്പുമുട്ടുന്ന ജനസമുദായത്തിന് സ്വാതന്ത്ര്യത്തിന്റെ ശുദ്ധവായു പകർന്നുകൊടുക്കുവാൻ അദ്ദേഹം ശ്രമിച്ചു. നിരന്തരവും നിർണ്ണായകവുമായിരുന്നു അദ്ദേഹത്തിന്റെ ഇടപെടലുകൾ. ജോലിയിൽ നിന്നു വിരമിച്ചശേഷം അദ്ദേഹത്തിന്റെ വീട്ടിനു പുറത്തെഴുതിവെച്ച പേരിൽ റിട്ടയേർഡ് പ്രൊഫസർ- റിട്ടയേർഡ് യൂണിവേഴ്സിറ്റി വൈസ്ചാൻസലർ എന്നെഴുതിവെച്ചിരുന്നു. പക്ഷേ, റിട്ടയേർഡ് എന്ന വിശേഷണം അദ്ദേഹത്തിനു ചേരില്ലെന്ന് എഴുത്തുകാരൻ ശിവാനന്ദ കണവി ചൂണ്ടിക്കാട്ടി. കർണ്ണാടകത്തിൽ 'വിശ്രാന്ത് കുലപതി' എന്നു പറയും. വിശ്രമജീവിതം നയിക്കുന്ന വൈസ്ചാൻസലർ. വാസ്തവത്തിൽ അദ്ദേഹം 'അവിശ്രാന്ത് കുലപതി' ആയിരുന്നു. ഒട്ടു വിശ്രമിക്കാത്ത സാഹി ത്യകാരൻ. പ്രൊഫ. എം കൃഷ്ണഗൗഡ കൽബുർഗിയെ ആദ്യം കണ്ട രംഗം വിവരിക്കുന്നു: 1981 ൽ കന്നഡ എം എയ്ക്ക് പഠിക്കാൻ മൈസൂർ മാനസഗംഗോത്രിയിൽ പോയപ്പോഴാണ് കൽബുർഗിയെ കണ്ടത്. അന്ന ദ്ദേഹം സ്യൂട്ട് ധരിച്ചിരുന്നു. എണ്ണനിറത്തിൽ മെലിഞ്ഞ ആൾ. തലമുടി അല്പം മാത്രം. എങ്കിലും നരച്ചിരുന്നില്ല. കന്നഡത്തിലെ ഒരു ഗവേഷ

കന്‍ എന്നു മാത്രമാണ് അന്നെനിക്കുള്ള അറിവ്. കര്‍ണ്ണാടക ഭാഷയില്‍ ഗവേഷണം എന്നത് അത്ര ജനപ്രിയമായിരുന്നില്ല. എന്നാല്‍ ഭാഷയുടെ പുണ്യമെന്നു തന്നെ പറയാം. കല്‍ബുര്‍ഗി ഗവേഷണത്തെ ജനപ്രിയമാക്കിത്തീര്‍ത്തു.

ഒടുവില്‍ കല്‍ബുര്‍ഗി സംസാരിച്ചത് ഡോ. വി രാജശേഖരപ്പയുമായി. അടുത്ത ദിവസങ്ങളില്‍ ഒരു മഠത്തിലെ ഉത്സവത്തിന്റെ ഭാഗമായി പുസ്തകങ്ങള്‍ പ്രകാശനം ചെയ്യണമായിരുന്നു. അതിന്റെ ഉത്തരവാദിത്വം ഏല്‍പ്പിച്ചത് കല്‍ബുര്‍ഗിയെ. ആഗസ്ത് 30 ന് രാവിലെ കല്‍ബുര്‍ഗി രാജ ശേഖരപ്പയെ വിളിച്ചു. പുസ്തകങ്ങള്‍ തയ്യാറാക്കുന്നതും പ്രകാശനം ചെയ്യുന്നതുമായ കാര്യങ്ങള്‍ സംസാരിച്ചു. പുസ്തകങ്ങള്‍ പ്രൂഫ് നോക്കിക്കൊടുത്തോ എന്നാണ് കല്‍ബുര്‍ഗി ചോദിച്ചത്. ഇരുപത്തിയഞ്ച് പി എച്ച് ഡി പ്രബന്ധങ്ങളാണ് പ്രസിദ്ധീകരണത്തിന് തയ്യാറായത്. മഠത്തിലെ സ്വാമിജിയക്കുറിച്ച് 'ശരണശ്രീ' എന്നൊരു ഗ്രന്ഥവും പുറത്തിറക്കുന്നുണ്ടായിരുന്നു. എല്ലാം എഡിറ്റുചെയ്തത് കല്‍ബുര്‍ഗി.

എം എ ഒന്നാം റാങ്കില്‍ ജയിച്ചപ്പോള്‍ കല്‍ബുര്‍ഗി ആദ്യം അറിയിച്ചത് പിതാവിനെ. അച്ഛന്‍ പുറംതട്ടി അഭിനന്ദിച്ചു. പിന്നെ വീട്ടിലേക്ക് പച്ച ക്കറിക്കെട്ട് തലയില്‍വെച്ചു തന്നു. കല്‍ബുര്‍ഗി കെട്ട് ചുമന്ന് വീട്ടിലെത്തി. 'കായക ദാ സോഹ'ത്തിന്റെ മഹത്വം അന്നേ ഞാനറിഞ്ഞിരുന്നു. എത്ര ഉന്നത ബിരുദം നേടിയാലും 'കായകം'- അദ്ധ്വാനം- മറന്നു പോകരുത്.

ആശുപത്രിയില്‍നിന്നും കൊണ്ടുവന്ന കല്‍ബുര്‍ഗിയുടെ മൃതദേഹം ധാര്‍വാഡ് കര്‍ണ്ണാടക കോളേജ് ഓഡിറ്റോറിയത്തില്‍ അന്ത്യാഞ്ജലി അര്‍പ്പിക്കാന്‍ കിടത്തി. ആയിരക്കണക്കിനാണ് ജനം ഒഴുകിയെത്തിയത്. കോളേജ് ക്യാമ്പസിനടുത്തായിത്തന്നെ സംസ്കാര കര്‍മ്മവും നടന്നു. ലിംഗായത്ത് ആചാരപ്രകാരമുള്ള സംസ്കാരം. ബസവണ്ണ ഒരു വചനത്തില്‍ ഇങ്ങനെ പറയുന്നു:

അന്നത്തില്‍ ചിന്ത എനിക്കറിയില്ല
സമയത്തില്‍ ചിന്ത എനിക്കില്ല
പേടിച്ചോടുന്നവന്‍ ഞാനല്ല,
കൂടലസംഗമദേവാ
എനിക്ക് മരണമേ മഹാനവമി.

2

സമാനതകൾ ഏറെ

കൽബുർഗിയുടേത് ഒറ്റപ്പെട്ട സംഭവമല്ല. വിപല്ക്കരമായ സാമൂ
ഹ്യസ്ഥിതിവിശേഷം ഭാരതത്തിൽ നിലനിന്നതിന് അനേകം ഉദാഹരണ
ങ്ങളുണ്ട്. വിപല്ക്കരം എന്നാൽ ഇഷ്ടപ്പെട്ടതിനെ ഇല്ലാതാക്കുന്ന
അവസ്ഥ എന്നാണ്. ഇത്തരം അവസ്ഥകൾക്ക് പിൻബലമായി എന്നും
ഭക്തിയും പൗരോഹിത്യവും നിലകൊണ്ടിരുന്നെന്ന് ചരിത്രകാരന്മാർ രേഖ
പ്പെടുത്തുന്നു. ഭാരതീയ ദർശനം എന്ന വാക്ക് പൊതുവെ ഉപയോഗിച്ചു
വരുന്നതാണ്. എന്നാൽ ഈ ദർശനം ഹിന്ദുമതത്തിലൊതുങ്ങുന്ന
തായാണ് കണ്ടുവരുന്നത്. അന്ധവും സങ്കുചിതവുമായ ചിന്താരീതികൾ
ഇത്തരം കാഴ്ചപ്പാടുകളെ സമൂഹത്തിൽ പ്രതിഷ്ഠിക്കാൻ തുനിയുന്നു.
ഭാരതീയ സംസ്കാരം ഹൈന്ദവ സംസ്കാരം മാത്രമല്ലെന്ന് ഡോ. എൻ
വി പി ഉണ്ണിത്തിരി ചൂണ്ടിക്കാട്ടിയിട്ടുണ്ട്.

കൽബുർഗിയെപ്പോലെ യുക്തിചിന്ത പ്രചരിപ്പിച്ച രണ്ട് എഴുത്തു
കാരുടെ ജീവിതം തോക്കിനിരയാക്കിയിട്ട് ഏറെക്കാലമൊന്നുമായിട്ടില്ല.
ഒരാൾ നരേന്ദ്ര ധാബോൽക്കറാണ്. രണ്ടാമത്തെ ആൾ ഗോവിന്ദ് പൻസാ
രെ. ഇവരാരും സത്യം വിളിച്ചുപറയാൻ ആയുധം കൈയിലെടുത്തിട്ടില്ല.
ഇവർക്ക് കൈമുതലുണ്ടായത് മൂർച്ചയുള്ള തൂലികയും ഉറച്ച ശബ്ദവു
മാണ്. സത്യസന്ധമായ ഗവേഷണവും ചരിത്രരചനയും എന്നും വർഗ്ഗീ
യശക്തികളെ വിരളിപിടിപ്പിച്ചിരുന്നു. രാമനും റഹിമും ഒന്നാണെന്ന്
പറഞ്ഞ ഗാന്ധിജിക്കുണ്ടായ അനുഭവം നമ്മുടെ മുമ്പിലുണ്ട്.
*ബൈബിളും ഖുറാനുമില്ലാതെ എന്റെ പ്രാർത്ഥന പൂർണ്ണമാകില്ലെന്നാണ്
ഗാന്ധിജി പ്രഖ്യാപിച്ചത്.*

നരേന്ദ്ര അച്യുത് ധാബോൽക്കർ 1945 നവംബർ ഒന്നിനാണ് ജനി
ച്ചത്. മഹാരാഷ്ട്രയിലെ പൂനെയിൽ. മാതാവ് താരാബായ്. പിതാവ്

അച്യുത്. ദമ്പതിമാരുടെ പത്തുമക്കളിൽ ഇളയവനാണ് നരേന്ദ്രൻ. മൂത്ത ജ്യേഷ്ഠൻ ദേവദത്ത് ഗാന്ധിയൻ സോഷ്യലിസ്റ്റായിരുന്നു. പിതാവ് പുരോ ഗമന ചിന്താഗതിക്കാരനായിരുന്നു. സതാറാ ന്യൂ ഇംഗ്ലീഷ് സ്കൂളിൽ വിദ്യാഭ്യാസം തുടങ്ങി. സാംഗ്ലി വെല്ലിങ്ടൺ കോളേജിൽ ഉപരിപഠനം. തുടർന്ന്, മിറാജ് ഗവൺമെന്റ് മെഡിക്കൽ കോളേജിൽനിന്ന് എം ബി ബി എസ് നരേന്ദ്ര ധാബോൽക്കർ യൂണിവേഴ്സിറ്റി കബഡി ക്യാപ്റ്റ നായിരുന്നു. ഇന്ത്യയും ബംഗ്ലാദേശും തമ്മിൽ നടന്ന കബഡി ടൂർണ മെന്റിൽ അദ്ദേഹം ഇന്ത്യക്കുവേണ്ടി കളിച്ചു. കബഡികളിക്കാർക്ക് നല്കി വരുന്ന 'ശിവ ഛത്രപതി യുവ അവാർഡി'ന് അദ്ദേഹം അർഹനായി.

ശൈലയാണ് അദ്ദേഹത്തിന്റെ സഹധർമ്മിണി. രണ്ടുമക്കൾ, ഹമീദും മുക്ത ധാബോൽക്കറും. സാമൂഹിക പ്രവർത്തകനായ മകനെ പിന്നീട് 'ഹമീദ് ദൽവായ്'എന്നു വിളിച്ചുവന്നു.

നരേന്ദ്രൻ എന്ന് മകന് പേരിട്ടത് പിതാവുതന്നെ. വിവേകാനന്ദ സ്വാമി കളുടെ പേരും നരേന്ദ്രനെന്നായിരുന്നു. ചെറുപ്പത്തിലെ യുക്തിചിന്ത അദ്ദേ ഹത്തിൽ വളർന്നുവന്നു. കൺമുമ്പിൽ കാണാത്തതിലൊന്നും വിശ്വാസ മർപ്പിക്കരുത്. മനുഷ്യനെ നിയന്ത്രിക്കുന്നത് അവന്റെ വാക്കും കർമ്മവു മാണ്. സ്വന്തമായി വീടുണ്ടാക്കുമ്പോൾ പൊതുവെ വാസ്തുശാസ്ത്രം നോക്കുന്നവരാണ് ഏറെയും. എന്നാൽ നരേന്ദ്ര ധാബോൽക്കർ വാസ്തു ശാസ്ത്രം നോക്കിയില്ല. വിവാഹം ആർഭാടപൂർവ്വം നടത്തിയില്ല. മകന്റെ വിവാഹകാര്യത്തിലും ഈ ലാളിത്യവും സുതാര്യതയും പ്രകടിപ്പിച്ചു. മഹാരാഷ്ട്രയിൽ വിവാഹ ഘോഷയാത്ര പ്രധാന ചടങ്ങാണ്. നരേന്ദ്ര അതിനെ എതിർത്തു. ജാതകം നോക്കുകയോ മുഹൂർത്തം കുറിക്കു കയോ ചെയ്തില്ല. ധാബോൽക്കർ തീർത്തും നിരീശ്വരവാദിയായിരുന്നു.

പന്ത്രണ്ടുവർഷം അദ്ദേഹം മെഡിക്കൽ സേവനം നടത്തി. പിന്നീട് മുഴുവൻ സമയ സോഷ്യൽവർക്കറായി മാറി. സർവ്വർക്കും സമജീവിതം. സർവ്വർക്കും സമാവകാശം എന്നതായിരുന്നു അദ്ദേഹത്തിന്റെ നിലപാട്. ബാബാ ആദവിന്റെ സിദ്ധാന്തമായ 'ഒരു ഗ്രാമം, ഒരു കിണർ' – നരേ ന്ദ്രന്റെയും മുദ്രാഗീതമായിരുന്നു. അന്ധവിശ്വാസങ്ങളെയും അനാചാര ങ്ങളെയും ചോദ്യം ചെയ്തുകൊണ്ട് ജനതയെ യുക്തിഭദ്രമായി ചിന്തി ക്കാൻ പ്രേരിപ്പിക്കുന്ന പ്രവർത്തനങ്ങളിൽ അദ്ദേഹം നിരന്തരം ഏർപ്പെ ട്ടു. മഹാരാഷ്ട്രയിലെ 'അഖില ഭാരതീയ അന്ധാശ്രാദ്ധാ നിർമ്മൂലൻ സമിതി' യുടെ പ്രസിഡന്റായിത്തീർന്ന ധാബോൽക്കർ ബോധവല്ക്കര ണത്തിലൂടെ ജനതയെ സത്യത്തിലേക്ക് കൊണ്ടുവരാൻ ശ്രമിച്ചു. blind faith ഉപേക്ഷിക്കൂ എന്നാണദ്ദേഹം ആഹ്വാനം ചെയ്തത്. പൗരോഹി ത്യവും താന്ത്രികകർമ്മവും മായാജാലമാണെന്നും ആക്ഷേപിച്ചു. പാർശ വല്ക്കരിക്കപ്പെട്ട ജനങ്ങളുടെ ഹൃദയത്തിൽ പരിവർത്തനത്തിന്റെ ശംഖൊലി കേൾപ്പിച്ചുകൊണ്ട് അദ്ദേഹം മുന്നോട്ട് നീങ്ങിയപ്പോൾ മാമൂൽവാദികൾക്ക് വിരളിപിടിച്ചത് സ്വാഭാവികം. യുക്തിവാദി നേതാവ് സനൽ ഇടമറുകുമായി ബന്ധപ്പെട്ടു പ്രവർത്തിച്ച ധാബോൽക്കർ അന്ധ

വിശ്വാസ നിർമ്മാർജ്ജനസമിതി ആരംഭിച്ച പത്രത്തിന്റെ എഡിറ്ററുമായി രുന്നു. അന്ധവിശ്വാസത്തിനെതിരെ അസംബ്ലിയിൽ ബില്ലവതരിപ്പിക്കണ മെന്ന് ആവശ്യപ്പെട്ടു നടന്ന സമരങ്ങളിലെല്ലാം അദ്ദേഹം മുൻപന്തി യിലുണ്ടായിരുന്നു. ദൈവത്തിന്റെ പ്രതിപുരുഷന്മാരായി ചമഞ്ഞ ജന ങ്ങളെ ചൂഷണം ചെയ്യുന്ന സമ്പ്രദായത്തെയും നരേന്ദ്ര എതിർത്തു. ഇത്തരം കാര്യങ്ങൾ ആസൂത്രണം ചെയ്യുന്നതിനായി 'പരിവർത്തൻ' എന്ന പേരിൽ ഒരു സാമൂഹ്യ സന്നദ്ധ സംഘടനയും അദ്ദേഹം രൂപീക രിച്ചു. ഇന്ത്യൻ റാഷണലിസ്റ്റ് അസോസിയേഷൻ വൈസ് പ്രസിഡന്റായും ധാബോൽക്കർ സേവനമനുഷ്ഠിച്ചു.

ജാതി വിവേചനത്തിനെതിരെയുള്ള പോരാട്ടമാണ് ധാബോൽക്കറെ ശ്രദ്ധേയനാക്കിത്തീർത്തത്. ദളിതരുടെ തുല്യതയ്ക്കുവേണ്ടി പ്രക്ഷോഭം നടത്തി ഡോ. അംബേദ്കറുടെ പേര് മറാത്ത്ഹഡാ യൂണിവേഴ്സിറ്റിക്ക് നല്കണമെന്ന് അദ്ദേഹം വാദിച്ചു. അന്ധവിശ്വാസങ്ങൾക്കെതിരെയും ജാതി വിവേചനത്തിനെതിരെയുമായി അദ്ദേഹം മൂവായിരത്തിലധികം പ്രഭാഷണങ്ങൾ നടത്തുകയുണ്ടായി. നാഗ്പൂർ മുനിസിപ്പൽ കോർപ്പറേ ഷനിൽ ജലസംബന്ധമായി അദ്ദേഹം നടത്തിയ പോരാട്ടവും എടുത്തു പറയത്തക്കതാണ്. വാട്ടർ ടാങ്കിലെ കുടിവെള്ളം ഉത്സവത്തിനായി ഉപ യോഗിക്കുന്നതിനെതിരെയായിരുന്നു സമരം. മഹാരാഷ്ട്രയിൽ കുടിവെ ള്ളമില്ലാതെ ജനം വലയുമ്പോഴായിരുന്നു ഈ അനാവശ്യവിനിയോഗം. 2013 മാർച്ചിലാണ് ഈ സമരം നടന്നത്.

2013 ആഗസ്ത് 20. അന്നാണ് നരേന്ദ്ര ധാബോൽക്കർ എന്ന മനു ഷ്യസ്നേഹി രക്തസാക്ഷിത്വം വരിച്ചത്. മതചൂഷണത്തിനെതിരെ നില യ്ക്കാത്ത ശബ്ദമുയർത്തി എന്നതാണ് അദ്ദേഹത്തിന്റെ കുറ്റമായി ആരോ പിക്കപ്പെട്ടത്. പതിവായി പ്രഭാത സവാരി നടത്തുന്ന വ്യക്തിയാണ് അദ്ദേഹം. ആഗസ്ത് 20 ന്റെ പ്രഭാതത്തിലും പൂനെയിലെ ഓങ്കാരേശ്വര ക്ഷേത്രത്തിനരികിലൂടെ അദ്ദേഹം നടന്നു പോവുകയായിരുന്നു. സമയം രാവിലെ 7.20. പെട്ടെന്നാണ് മോട്ടോർ സൈക്കിളിൽ രണ്ടുപേർ വന്നിറ ങ്ങിയത്. ലക്ഷ്യം വന്നവർക്ക് അറിയാമായിരുന്നു. പ്രഭാതത്തിന്റെ ശുദ്ധ വായുവിൽ മനം കുളിർപ്പിച്ച് നടന്ന അദ്ദേഹത്തിന്റെ നേർക്ക് അപ്രതീ ക്ഷിതമായി നാലു റൗണ്ട് വെടിയുതിർത്തു. രണ്ടെണ്ണം ശിരസ്സിലും ശേഷി ച്ചതു നെഞ്ചിലും. മറുവാക്കൊന്നും ഉരിയാടാതെ ആ പോരാളി ചോര യിൽ കുളിച്ച് നിലം പതിച്ചു. ആളുകൾ ഓടിക്കൂടി ആശുപത്രിയിലെ ത്തിച്ചുവെങ്കിലും അദ്ദേഹം വിടപറഞ്ഞു കഴിഞ്ഞിരുന്നു.

മരണപ്പെട്ടാൽ തന്റെ ശരീരം മെഡിക്കൽ കോളേജിന് വിട്ടുകൊടു ക്കണമെന്നദ്ദേഹം നിർദ്ദേശിച്ചിരുന്നു. കൂടുതൽ വിദഗ്ദ്ധപരിശോധന യ്ക്കായി ശരീരഭാഗം എടുക്കേണ്ടിവന്നു. പോസ്റ്റുമോർട്ടവും നടത്തേണ്ടി വന്നു. ഇതുകാരണം മെഡിക്കൽ പഠനത്തിന് ശരീരം മതിയാവാതെ വന്നു. സതാരയിൽ വീടിനടുത്തുതന്നെ മൃതദേഹം സംസ്കരിച്ചു. മത സംബന്ധമായ യാതൊരു ചടങ്ങും ഇല്ലായിരുന്നു. ചിതയ്ക്ക് തീ കൊളു

ത്തുന്നത് മൂത്തമകനാണ്. മതാചാരമാണത്. എന്നാൽ അതിനു വിപരീ തമായി മകൾ മുക്തയാണ് പിതാവിന്റെ ചിതയ്ക്ക് തീ കൊളുത്തിയത്. ചിതാഭസ്മം ചടങ്ങില്ലാതെ തന്നെ ശേഖരിച്ച് അദ്ദേഹത്തിന്റെ കൃഷിയിട ങ്ങളിൽ വിതറി. മരണത്തിൽ പ്രതിഷേധിച്ച് ആഗസ്ത് 21 ന് പൂനെയി യിൽ ബന്ദ് നടത്തി.

നരേന്ദ്ര ധാബോൽക്കർക്കെതിരെ പലപ്പോഴും ആക്രമണം നടന്നി ട്ടുണ്ട്. വേണമെങ്കിൽ അദ്ദേഹത്തിന് പൊലീസ് സംരക്ഷണം നല്കാമാ യിരുന്നു. അദ്ദേഹം തന്നെ അത് വേണ്ടെന്ന് വച്ചതാണ്. സ്വന്തം രാജ്യത്ത് പൊലീസ് സംരക്ഷണയിൽ കഴിയുന്നത് തെറ്റും അപമാനകരവുമായാണ് അദ്ദേഹത്തിന് തോന്നിയത്. അത്തരം ഭീകരാവസ്ഥ ഇല്ലാതാക്കാനാണ് അദ്ദേഹം പോരാടിയത്.

ഗോവിന്ദ പൻസാരെ 1933 നവംബർ 26 ന് മഹാരാഷ്ട്രയിലെ ശ്രീരാം പൂർ താലൂക്കിലുള്ള കൊൽഹാർഗ്രാമത്തിൽ ജനിച്ചു. കമ്യൂണിസ്റ്റ് പാർട്ടി യുടെ അടിയുറച്ച പ്രവർത്തകനായിരുന്നു അദ്ദേഹം. അമ്മയുടെ പേര് ഹർണ്ണാബായ്. അച്ഛൻ പാന്ഥാരിനാഥ്. ദമ്പതിമാരുടെ അഞ്ചുമക്കളിൽ ഇളയവനായിരുന്നു. കാർഷികവൃത്തിയിലേർപ്പെട്ടിരുന്ന കുടുംബ മായിരുന്നു. ചെറുപ്പം തൊട്ടേ ഗോവിന്ദ് സാമൂഹ്യ പ്രവർത്തനങ്ങളിൽ മുഴുകി. 'രാഷ്ട്ര സേവാ ദൾ' എന്ന സോഷ്യലിസ്റ്റ് ഗ്രൂപ്പിൽ അംഗമായ തോടെ കമ്യൂണിസ്റ്റ് പാർട്ടിയുമായി ബന്ധപ്പെട്ടു.

കൊൽഹാപൂർ രാജാറാം കോളേജിലെ ബിരുദ പഠനത്തിനുശേഷം ശഹാജി ലോ കോളേജിൽനിന്ന് എൽ എൽ ബി പാസായി. കോളേജിൽ പഠിക്കുമ്പോൾ തന്നെ ഒഴിവുവേളകൾ ചെലവഴിച്ചത് ബുക്ക് സ്റ്റാളുകളി ലായിരുന്നു. ഇടതുപക്ഷ പ്രവർത്തകർ നടത്തിയിരുന്ന ആ പുസ്തക ശാല പൻസാരെയുടെ രാഷ്ട്രീയ വളർച്ചയ്ക്ക് ഇന്ധനമായിത്തീർന്നു. മാർക്സിസ്റ്റ് തത്ത്വശാസ്ത്രവുമായി ബന്ധമുള്ള അനേകം ഗ്രന്ഥങ്ങൾ അദ്ദേഹം പരിചയപ്പെട്ടു. മാർക്സിസ്റ്റ് ചിന്തകൻ എന്നറിയപ്പെടുകയും ചെയ്തു. 1962 കാലത്ത് ഇന്ത്യ-ചൈനാ യുദ്ധമുണ്ടായപ്പോൾ ചൈനാ ചാരത്വം ആരോപിച്ച് അറസ്റ്റിലായി തടവിൽ കിടക്കേണ്ടിവന്നു.

ദളിതരെയും ചേരി നിവാസികളെയും സംഘടിപ്പിച്ചുകൊണ്ടാണ് ഗോവിന്ദ പൻസാരെ സമരമുഖത്തിറങ്ങിയത്. നരേന്ദ്ര ധാബോൽക്കറെ പോലെ അന്ധവിശ്വാസത്തിനും അനാചാരങ്ങൾക്കുമെതിരെ അദ്ദേഹം നിരന്തരം പോരാടി. ജാതി വിവേചനം അവസാനിപ്പിക്കുന്നതിനുവേണ്ടി അനേകം പരിപാടികൾ അദ്ദേഹം ആസൂത്രണം ചെയ്യുകയുണ്ടായി. മിശ്ര വിവാഹത്തിനു വേണ്ടി വാദിച്ച അദ്ദേഹം സ്വയം അതിനു മാതൃക കാട്ടി. അന്യമതത്തിൽപ്പെട്ട ഉമ എന്ന സ്ത്രീയെ വിവാഹം ചെയ്തു. സ്മിത പൻസാരെ, അവിനാഷ് പൻസാരെ, മേഘാ ബുട്ടെ എന്നിങ്ങനെ മൂന്നു മക്കൾ.

രാമായണത്തിലും മറ്റും പരാമർശിക്കുന്ന പുത്രകാമേഷ്ടി യജ്ഞത്തെ ചോദ്യം ചെയ്തതോടെയാണ് ഹിന്ദു വർഗ്ഗീയവാദികൾ അദ്ദേ

ഹത്തെ ആക്രമിച്ചുതുടങ്ങുന്നത്. പുത്രകാമേഷ്ടി എന്ന പദം തന്നെ പുരുഷ കേന്ദ്രിതമാണെന്ന് അദ്ദേഹം പറഞ്ഞു. ഈ യജ്ഞം ആൺമ ക്കളെ സൃഷ്ടിക്കാനാണ്. പെൺമക്കൾക്കു വേണ്ടിയല്ല. ഈ വൈരുദ്ധ്യം അദ്ദേഹം തുറന്നു കാട്ടി. നാഥുറാം വിനായക് ഗോഡ്സെയെ പാടിപ്പുക ഴ്ത്തുന്ന സമീപനത്തെയും അദ്ദേഹം അപലപിച്ചു. ഇന്ത്യൻ രാഷ്ട്ര പിതാവായ ഗാന്ധിജിയെ പ്രാർത്ഥനാവേളയിൽ വെടിവെച്ചുകൊന്ന വർഗ്ഗീ യവാദിയാണ് ഗോഡ്സെ. ആ ഗോഡ്സെയെ മഹത്വവല്ക്കരിക്കുന്നത് അപകടകരമായ നീക്കമാണെന്നും അദ്ദേഹം കൂട്ടിച്ചേർത്തു. ധാബോൽക്ക റുടെ മരണശേഷം അന്ധവിശ്വാസ നിർമ്മാർജ്ജന സമിതിയുടെ പ്രവർത്തനം പൻസാരെ ഏറ്റെടുത്തു. ഹിന്ദു വിശ്വാസികൾക്കിടയിലെ അനാചാരങ്ങളെ വിമർശിച്ച് എഴുതുകയും പ്രസംഗിക്കുകയും ചെയ്തു.

പൻസാരെയുടേതായി 21 ഗ്രന്ഥങ്ങളുണ്ട്. സാമൂഹ്യ ദുരാചാരങ്ങളെ തുറന്നു കാട്ടുന്ന പുസ്തകങ്ങളാണ് എല്ലാം *ശിവാജി കോൻ ഹോതാ ഹൈ* എന്നതാണ് ഏറ്റവും പ്രസിദ്ധമായ ഗ്രന്ഥം. 1987 ൽ അദ്ദേഹം നട ത്തിയ പ്രഭാഷണത്തെ ആസ്പദമാക്കി രചിച്ച ഗ്രന്ഥമാണിത്. ശിവസേ നയുടെ ഹിന്ദുത്വ ചിന്താഗതിയെ പൊളിച്ചെഴുതിയ ഗ്രന്ഥമാണിത്. ശിവാജി ഹിന്ദുക്കളെ മാത്രം ആശ്രയിച്ച രാജാവായിരുന്നില്ല. മതേതരത്വം കാത്തു സൂക്ഷിച്ച ഭരണാധികാരിയാണ്. ശിവാജിയുടെ പട്ടാളമേധാവി ഒരു മുസൽമാനായിരുന്നു. സ്ത്രീകൾക്ക് കൊട്ടാരത്തിൽ ഉന്നത പദവി നല്കിയിരുന്നു. 1988 ൽ പുറത്തിറങ്ങിയ ഈ ഗ്രന്ഥത്തിന് ഇതിനകം 38 പതിപ്പുകളിറങ്ങി. ഓരോ പതിപ്പും മൂവായിരവും അയ്യായിരവുമായിരു ന്നു. ഒന്നരലക്ഷം കോപ്പികൾ ഇതിനകം വിറ്റഴിഞ്ഞെന്നാണ് കണക്കു കൾ സൂചിപ്പിക്കുന്നത്. ഗ്രന്ഥങ്ങളെല്ലാം മറാത്തി ഭാഷയിലെഴുതിയതാ ണ്. വിവിധ ഭാഷകളിലേക്ക് പരിഭാഷപ്പെടുത്തപ്പെട്ടിട്ടുണ്ട്.

2015 ഫെബ്രുവരി 16. രാവിലെ സമയം 9.25. പൻസാരെയും ഭാര്യ ഉമയും പ്രഭാത സവാരി നടത്തുമായിരുന്നു. അന്നത്തെ സവാരി കഴിഞ്ഞ് ഇരുവരും മടങ്ങുകയായിരുന്നു. പെട്ടെന്ന് അവരുടെ മുന്നിൽ മോട്ടോർ സൈക്കിൾ വന്നു നിന്നു. വീട്ടിലെത്താൻ ഏതാനും ദൂരമേയുണ്ടായിരു ന്നുള്ളൂ. മോട്ടോർ സൈക്കിളിൽ നിന്നിറങ്ങിയത് രണ്ട് പേർ. എന്തെങ്കിലും ചെയ്യുന്നതിനുമുമ്പേ വെടിപൊട്ടി. അഞ്ചു റൗണ്ട് വെടിവെച്ചു. ആദ്യം പൻസാരെക്ക്. തടയാൻ ചെന്ന ഭാര്യക്കും വെടിയേറ്റു. പൻസാരെയുടെ നെറ്റിയിലും നെഞ്ചത്തും. ഉമാദേവിക്ക് തലയ്ക്കാണ് വെടിയേറ്റത്. ഓടി ക്കൂടിയവർ ഇരുവരെയും അസ്തർ ആധാർ ഹോസ്പിറ്റലിൽ പ്രവേശി പ്പിച്ചു. സർജ്ജറി നടത്തി രക്ഷപ്പെടുത്താനുള്ള തീവ്രശ്രമം തുടർന്നു. ക്രിട്ടിക്കൽ സ്റ്റേജ് തരണം ചെയ്തെന്ന് ആശ്വസിച്ചിരിക്കയായിരുന്നു. എന്നാൽ നില വഷളായതിനെത്തുടർന്ന് അദ്ദേഹത്തെ ബ്രീച്ച് കേൻഡി ഹോസ്പിറ്റലിലേക്ക് മാറ്റി. നരേന്ദ്ര ധാബോൽക്കറുടെ നെഞ്ചിലേറ്റ വെടിക്ക് സമാനമായിരുന്നു ഗോവിന്ദ പൻസാരെയുടെ നെഞ്ചത്തേറ്റ വെടി യും. ഫെബ്രുവരി 20 ന് എൺപത്തിയൊന്നാമത്തെ വയസ്സിൽ ആ പോരാ

ട്ടജീവിതം അവസാനിച്ചു. വിദഗ്ദ്ധ ചികിത്സയ്ക്കുശേഷം ഭാര്യ മാര്‍ച്ചില്‍ ആസ്പത്രി വിട്ടു.

ശിവാജിയെക്കുറിച്ചുള്ള പുസ്തകമാണ് പന്‍സാരെയുടെ മരണ ത്തിന് ഒരു കാരണമായത്. ഗോഡ്സെയെ ദൈവമാക്കുന്ന പ്രവണത കളെ നിശിതമായി വിമര്‍ശിച്ചത് മറ്റൊരു കാരണം. നരേന്ദ്ര ധാബോല്‍ ക്കര്‍ക്കു നേരെയുയര്‍ന്ന കരങ്ങള്‍ തന്നെ പന്‍സാരെക്കു നേര്‍ക്കും ഉയര്‍ന്നു. മഹാരാഷ്ട്ര പൊലീസ് മേധാവി ഉമാ പന്‍സാരെയോട് കാര്യ ങ്ങളന്വേഷിക്കുകയുണ്ടായി.

ബൈക്കില്‍ വന്നത് രണ്ടു ചെറുപ്പക്കാരായിരുന്നു. ആദ്യത്തെ ചെറു പ്പക്കാരന്‍ ഒരു വീട്ടിലേക്കുള്ള വഴി ചോദിച്ചു. മറാത്തിയിലാണ് ചോദിച്ചത്: 'മോരെ കുതെ രാഹ് താറ്റ്', മോറെ എന്നയാള്‍ താമ സിക്കുന്നതെവിടെയാണ്? തനിക്കറിയില്ലെന്ന് പന്‍സാരെ ഉത്തരം പറഞ്ഞു. അതുകേട്ട് അവര്‍ ചിരിക്കുകയായിരുന്നു. ഉടനെ ഷൂട്ടിങ്ങും തുടങ്ങി.

ജനകീയ ബോധത്തിന്റെ ഉജ്ജ്വല പ്രതീകങ്ങളായിരുന്നു ധാബോല്‍ ക്കറും പന്‍സാരെയും കല്‍ബുര്‍ഗിയും. മൂവരും ഭൗതിക ജീവിതത്തെ യുക്തിചിന്തയിലൂടെ നിരീക്ഷിച്ചു. ആത്മീയതയുടെ പേരില്‍ സാമാന്യ ജനതയെ ചൂഷണം ചെയ്യുന്ന പൗരോഹിത്യത്തിന്റെ പൊള്ളത്തരം തുറന്നു കാട്ടി. മതഭീകരതയുടെ ആക്രമണത്തില്‍ നഷ്ടപ്പെട്ടത് തിരിച്ച റിവിന്റെ സ്രോതസ്സുകളാണ്.

3

ഗവേഷണംതന്നെ ജീവിതം

ഡോ. എം എം കല്‍ബുര്‍ഗിക്ക് ജീവിതം ഗവേഷണംതന്നെയാ യിരുന്നു. വീട്ടിലെത്തുന്നവര്‍ക്ക് പുസ്തകങ്ങള്‍ക്കിടയില്‍ കഴിയുന്ന കല്‍ബുര്‍ഗിയെയാണ് കാണാന്‍ കഴിയുക. ഒന്നുകില്‍ സ്വന്തം രചന. അല്ലെങ്കില്‍ എഡിറ്റിങ്. പി എച്ച് ഡി ചെയ്യുന്നവര്‍ക്കുള്ള നിര്‍ദ്ദേശമടങ്ങിയ കുറിപ്പ് എഴുതുകയാവും ചിലപ്പോള്‍. പുസ്തകമോ പെന്നോ ഇല്ലാതെ കല്‍ബുര്‍ഗിയെ കണ്ടവരില്ല. ഈ പഠന ഗവേഷണങ്ങള്‍ തന്റെ ബിരുദ വലിപ്പം കൂട്ടാനായിരുന്നില്ല. ഓരോ കണ്ടെത്തലും വിപ്ലവ പ്രവര്‍ത്തനം തന്നെയായിത്തീര്‍ന്നു. ഇന്നലെവരെ കാണാത്തത് കണ്ടെടുത്തു. ഇന്ന ലെവരെ വിശ്വസിച്ചത് തിരുത്തിക്കുറിച്ചു. പരമ്പരാഗത മത- ധര്‍മ്മ- ചിന്ത കളെയാകെ വസ്തുസ്ഥിതികള്‍ നിരത്തി ചോദ്യം ചെയ്തു. ആ ചോദ്യം ചെയ്യല്‍ ചാതുര്‍വര്‍ണ്ണ്യത്തെ കശക്കിയെറിയുന്നതായിരുന്നു.

"ഗവേഷകന്‍ മരിക്കും, ഗവേഷണത്തിലൂടെ കണ്ടെത്തിയ സത്യ ത്തിന് മരണമില്ല" കല്‍ബുര്‍ഗി പറയുമായിരുന്നു. സത്യം കണ്ടെത്താ നുള്ള വഴിയാണ് ഗവേഷണം. കണ്ട സത്യം മൂടിവയ്ക്കാതെ ഉറക്കെ വിളിച്ചുപറയുകയും ചെയ്തു. ഗവേഷണം നടത്തുന്നത് ഡോക്ടറേറ്റി നുള്ള എളുപ്പപ്പണിയാകരുത്. കടലിന്റെ അഗാധതയില്‍ മുങ്ങിത്തപ്പി മുത്തുകള്‍ കണ്ടെടുക്കുന്ന കഠിനപ്രയത്നം തന്നെ ഗവേഷണം. ധൈഷ ണിക കരുത്തുള്ളവരാകണം ഗവേഷകര്‍. യുക്തിബോധത്തിന്റെയും ശാസ്ത്രീയ വീക്ഷണത്തിന്റെയും ഉരകല്ലില്‍ ഉരച്ചുനോക്കിയേ എന്തും സ്വീകരിക്കാവൂ. പ്രതിഭയും പ്രവര്‍ത്തനവും ഒന്നിച്ചുകൊണ്ടുപോവണം. ഓരോ ഗവേഷണവും അഭൂതപൂര്‍വ്വമായ കണ്ടെത്തലുകളാകണം. ഇതു കൊണ്ടുതന്നെയാണ് വിവാദങ്ങളുടെ ഗവേഷകന്‍ എന്ന വിളിപ്പേരുണ്ടാ യത്.

കുട്ടിക്കാലത്ത് സ്കൂളിൽ പഠിക്കുമ്പോൾ ഗുരുനാഥന്റെ കൃതികൾ വിമർശിച്ചുകൊണ്ട് തുടങ്ങിയ അന്വേഷണമാണത്. മരണംവരെ അത് തുടർന്നു. മരണം വരിക്കുന്നതിന് തൊട്ടുമുമ്പും സംസാരിച്ചത് ഗവേഷണ ഗ്രന്ഥങ്ങൾ പുറത്തിറക്കുന്നതിനെക്കുറിച്ചാണ്. ചരിത്രമെഴുത്ത് വളരെ എളുപ്പം. എന്നാൽ ചരിത്രത്തിന്റെ ചരിത്രം കണ്ടെത്തൽ വളരെ ശ്രമക രം. കൽബുർഗി ഈ ശ്രമം കൈയേറ്റു. ബസവണ്ണന്റെ 'കായക നീതി' യാണ് അദ്ദേഹത്തിന് പ്രേരണയായത്.

കൽബുർഗിക്ക് ഗവേഷണമെന്നത് സാമൂഹ്യപരിഷ്കരണത്തിന്റെ ഭാഗമായിരുന്നെന്ന് ഡോ. മൊഗളി ഗണേഷ് ചൂണ്ടിക്കാട്ടിയത് സ്മരിക്ക ത്തക്കതാണ്. ഗവേഷണം നടത്തുന്നതിന് സാക്ഷ്യങ്ങളുണ്ടാകണം. ആ സാക്ഷ്യങ്ങളെ അപ്പടി വിശ്വസിക്കുന്ന പ്രകൃതക്കാരനല്ല കൽബുർഗി. ഇല്ലാത്ത സാക്ഷ്യങ്ങളെക്കുറിച്ചും ഗവേഷകൻ ചിന്തിക്കണം. സാക്ഷ്യ ങ്ങളെ പരിശുദ്ധമായതെന്ന് അദ്ദേഹം ഒരിക്കലും കരുതിയിരുന്നില്ല. പരി ശുദ്ധിയെ ശങ്കിക്കുകയും ചോദ്യം ചെയ്യുകയും വേണമെന്നദ്ദേഹം സൂചി പ്പിച്ചു. ചോദ്യം ചെയ്യാതെ ഒന്നും സ്വീകരിക്കരുത്. സാക്ഷാൽക്കാരത്തി നുള്ള തപസ്സായിരുന്നു അദ്ദേഹത്തിന്റെ ഗവേഷണം. പ്രാചീന കന്നഡ സാഹിത്യത്തിന്റെ വേരുകൾ തേടിയുള്ള യാത്രയായിരുന്നു അത്. വ്യഗ്ര തയും മുഗ്ദ്ധതയും ചേർന്ന കർമ്മം.

കൽബുർഗി ഒരു കവിതാസമാഹാരവും ഒരു നാടകവും രചിച്ചെ ങ്കിലും അദ്ദേഹത്തിന്റെ കർമ്മ ക്ഷേത്രം ഗവേഷണമാണെന്ന് പ്രശസ്ത നിരൂപകൻ എസ് ആർ വിജയ ശങ്കർ പറഞ്ഞു. ധാർവാഡ് സാഹിത്യസ മ്മേളനത്തിൽ മഹാകവി പമ്പയെപ്പറ്റി നടത്തിയ പുതു നിരീക്ഷണം തന്നെപ്പോലുള്ള നിരൂപകർക്ക് പുത്തനറിവ് പകർന്നെന്ന് വിജയശങ്കർ ചൂണ്ടിക്കാട്ടി. കൽബുർഗിയുടെ പി എച്ച് ഡി പ്രബന്ധം 'കവിരാജ മാർഗ പരിസരദ കന്നഡ സാഹിത്യ' എന്നത് ഏതുകാലത്തും വഴികാട്ടിയായി നിലനില്ക്കുന്നു. ശിലാശാസനങ്ങളും താളിയോല ഗ്രന്ഥങ്ങളും പരിശോ ധിച്ച് തന്റെ കണ്ടെത്തലുകൾക്ക് ഉദാഹരണങ്ങൾ കണ്ടെത്താനുള്ള ശ്രമവും അദ്ദേഹം നടത്തി. കല, സാഹിത്യം, സംസ്കാരം എന്നീ മേഖ ലകളിലെല്ലാം ഗവേഷണം നടത്തിയ അദ്ദേഹം ഉപയുക്ത വസ്തുതകൾ കണ്ടെത്തുന്നതിന് തീവ്രയത്നം തന്നെ ചെയ്തു. കൂർമ്മ ബുദ്ധിയും ഭാഷാസ്വാധീനവും ഏകാഗ്രതയും ഗവേഷകനുണ്ടാവണം.

മണ്ണുമായി ബന്ധപ്പെട്ടവയാണ് ഗവേഷണത്തിനുള്ള ഒരു വിഭാഗം വസ്തുക്കൾ. ശിലാശാസനങ്ങൾ, കുടുക്കകൾ, കൊടക്കല്ലുകൾ, ശിലാ ശില്പങ്ങൾ, ആലേഖനങ്ങൾ തുടങ്ങിയവ ഈ വിഭാഗത്തിൽപെടുന്നു. ഭാഷാകൃതികൾ, പുരാണ- ഇതിഹാസകൃതികൾ, പ്രയോഗ വിശേഷങ്ങൾ, ശൈലികൾ, ക്രിയാരൂപങ്ങൾ എന്നിവ മറ്റൊരു വിഭാഗം. ആചാരരീതി കൾ, പൂജാവിധികൾ, മരണാനന്തര ചടങ്ങുകൾ, ഉറഞ്ഞാട്ടങ്ങൾ, മന്ത്ര തന്ത്രാദികൾ- എന്നിവ വേറൊരു വിഭാഗം. വായ്മൊഴി ശീലങ്ങളും ആഹാര-വസ്ത്രാദികളും കൂടി ഗവേഷകൻ തൊട്ടറിയണമെന്ന്

കൽബുർഗി നിർദ്ദേശിച്ചു. ഗ്രാമങ്ങളിലെ പ്രാദേശിക പേരുകളെക്കുറിച്ചും അദ്ദേഹം പരിശോധിച്ചു. ഓരോ പേരിന്റെ പിന്നിലും ഓരോ സംഭവമുണ്ടായിരിക്കും.

താൻ പറയുന്നതാണ് അന്തിമവാക്കെന്ന് കൽബുർഗി പറയാറില്ല. കണ്ടെത്തിയത് അവസാനവാക്കാകാൻ സാദ്ധ്യതയുണ്ടെന്നേ അദ്ദേഹം ചൂണ്ടിക്കാട്ടാറുള്ളൂ. എല്ലാം അറിഞ്ഞവനാണ് താനെന്ന് അദ്ദേഹം ഭാവിക്കില്ല. അറിയാൻ ശ്രമിക്കുന്നവൻ എന്നേ ചിന്തിക്കാറുള്ളൂ. എഴുത്തിലും ജീവിതത്തിലും ലാളിത്യം. ഭാരതം പോലെ ഭാവനിഷ്ഠമായ ഒരു രാജ്യത്ത് സത്യം പറയാൻ ശ്രമിക്കുന്നത് ആപത്ത് വിളിച്ചുവരുത്തുന്നതിന് സമാനമാണ്. തനിക്കുമുമ്പും സത്യം പറഞ്ഞവരെ ആക്രമിക്കുന്ന പതിവുണ്ടായിരുന്നെന്ന് അദ്ദേഹം ചൂണ്ടിക്കാട്ടി. അല്പ വിരാമത്തിൽ നിന്നും അർദ്ധവിരാമത്തിൽനിന്നും പൂർണ്ണവിരാമത്തിലേക്ക് എത്തിച്ചേരുന്ന പ്രക്രിയയാണ് ഗവേഷണം. പുതിയ പുതിയ വസ്തുതകൾ കണ്ടെത്തുമ്പോൾ ധാരണകളിൽ തിരുത്തലുകൾ വരുത്താനുള്ള വിവേകവും ഗവേഷകനുണ്ടാകണം.

കൽബുർഗിക്ക് എന്നും സ്വന്തം നിലപാടുതറയുണ്ടായിരുന്നു. ആരും കാണാത്തത് അദ്ദേഹം അന്വേഷിച്ച് കണ്ടെത്തി. ആരും പറയാത്തത് വിളിച്ചുപറഞ്ഞു. എല്ലാം പുതുമകലർന്ന നിരീക്ഷണമായിരുന്നു. വിമർശ നോന്മുഖമായിരുന്നു അദ്ദേഹത്തിന്റെ സമീപനം. ഒഴുക്കിനെതിരെയുള്ള നീന്തൽ. അപഗ്രഥനത്തിലുമുണ്ട് സിദ്ധിവൈഭവം. പുതു ഉറവുകൾ വെട്ടിത്തുറന്ന് മുന്നോട്ട് പോയ അന്വേഷണ കുതുകി. നാഗരികതയിലേക്ക് മനുഷ്യകുലം നടന്നെത്തിയതെങ്ങനെയെന്ന് കണ്ടെത്താനാണ് അദ്ദേഹം തുനിഞ്ഞത്. ശ്രേണീബദ്ധമായ ജാതിവ്യവസ്ഥയും ചൂഷണാധിഷ്ഠിതമായ ആരാധനാ രീതിയും നിലനില്ക്കുന്നിടത്ത് മാനവികതയുടെ തെളിനീർ പ്രവഹിപ്പിക്കുക എളുപ്പമായിരുന്നില്ല. അതൊരു ജീവന്മരണ പോരാട്ടം തന്നെ. ജീവൻ നഷ്ടപ്പെടുമെന്ന ഭയം തെല്ലുപോലും അദ്ദേഹത്തെ സ്പർശിച്ചില്ല. കേൾക്കുന്നവരുടെ പ്രതികരണം അദ്ദേഹം വക വെച്ചതേയില്ല. തീക്കനൽ ചവിട്ടിയുള്ള നടത്തമാണത്. കാല് പൊള്ളിയാലും സത്യം കണ്ടെത്താനാവും. സത്യം കണ്ടെത്തൽ തന്നെ മഹാകാര്യം.

ഡി എൽ നരസിംഹാചാര്യയുടെ *ശബ്ദമണി ദർപ്പൺ* എന്ന ഗ്രന്ഥം കന്നഡ ഭാഷാ വിദ്യാർത്ഥികളുടെ ഏറ്റവും മുഖ്യഗ്രന്ഥമാണ്. കൽബുർഗി ആ ഗ്രന്ഥം പരിശോധിച്ചു. ചില ന്യൂനതകൾ ചൂണ്ടിക്കാട്ടി. സർവ്വരും സമാദരവോടെ സമീപിക്കുന്ന നരസിംഹാചാര്യയെ വിമർശിക്കാൻ മറ്റാരും തുനിഞ്ഞിരുന്നില്ല. വിമർശനം നടത്തിക്കഴിഞ്ഞപ്പോഴാണ് കൽബുർഗിക്ക് വിഷമം തോന്നിയത്. അദ്ദേഹം നരസിംഹാചാര്യയുടെ മൈസൂരിലുള്ള വീട്ടിൽ ചെന്നു. വൈചാതക വിമർശകന്റെ വിനയഭാവമായി ഈ കൂടിക്കാഴ്ചയെ പത്രലോകം വിലയിരുത്തി. ഇരുവരും സൗഹാർദ്ദപൂർവ്വം സംസാരിച്ചു. ന്യൂനത ചൂണ്ടിക്കാട്ടിയത് നന്നായെന്ന് നരസിംഹാചാര്യ

പറഞ്ഞു. എത്ര ഉന്നതനായാലും തെറ്റ് സംഭവിക്കാം. തനിക്കതിൽ ഒട്ടും വിഷമമില്ലെന്നും അദ്ദേഹം വ്യക്തമാക്കി. ഒരു കാര്യം മാത്രം അദ്ദേഹം കൽബുർഗിയോട് നിർദ്ദേശിച്ചു: "സത്യം തന്നെയാണ് പറയേണ്ടത്. എന്നാൽ കാഠിന്യം കുറച്ച് പറയാൻ ശ്രമിക്കണം." കൽബുർഗി തൊഴു തുകൊണ്ട് ആ ഉപദേശം സ്വീകരിച്ചു.

ഗവേഷകന് എപ്പോഴും കത്രികപ്പൂട്ടിൽ കയറി നില്ക്കേണ്ടിവരും. എനിക്ക് അത്തരം കത്രികപ്പൂട്ടിൽ പലതവണ കയറിനില്ക്കേണ്ടി വന്നു. മുറിപ്പെടാതെ അവയിൽനിന്നെല്ലാം ഞാൻ രക്ഷപ്പെട്ടു. സത്യ ത്തിന്റെ കവചമുള്ളവരെ ആർക്കും അപകടപ്പെടുത്താനാവില്ല. എന്നെയങ്ങനെ എളുപ്പത്തിൽ കൊല്ലാനാവില്ല.

ശിഷ്യരോട് കൽബുർഗി ഇടയ്ക്കിടെ ഇങ്ങനെ പറയുമായിരുന്നു. ഡോ. രാമകൃഷ്ണ എന്ന ശിഷ്യൻ ഓർക്കുന്നു:

പാരമ്പര്യവാദികൾക്ക് കൽബുർഗി എന്നും തടസ്സമായിരുന്നു. അദ്ദേ ഹത്തിന്റെ തലച്ചോറാണ് അവർക്കു വേണ്ടിയിരുന്നത്. സാമ്പ്രദാ യികവാദികളെ അദ്ദേഹം കുടഞ്ഞുകളയുകയായിരുന്നു. ഒടുവിൽ വലിയ കുരിശിൽത്തന്നെ അദ്ദേഹത്തെ വർഗ്ഗീയവാദികൾ തറച്ചു. ഞാൻ എം എയ്ക്ക് പഠിക്കുമ്പോഴാണ് കൽബുർഗിയെന്ന ഗുരുവിനെ അടുത്തറിഞ്ഞത്. അദ്ദേഹത്തിന്റെ തലനിറയെ ചോദ്യ ങ്ങളായിരുന്നു. കൈകൾ നിറയെ പണിയായുധങ്ങളും. ചരിത്രം ഉഴുതുമറിച്ച് പുതിയ സത്യം കണ്ടെത്തി.

എഴുത്തുകാരനും നിരൂപകനുമായ ബി എം കേദാർനാഥ് കൽബുർഗി യുമായി ഉറ്റ ബന്ധം സ്ഥാപിച്ച വ്യക്തിയാണ്. അദ്ദേഹം ഓർക്കുന്നു: കൽബുർഗിയെ ഒടുവിൽ കണ്ടത് ഇന്നും ഓർമ്മയിലുണ്ട്. ബെൽഗാമിൽ പോകാൻ ഞാൻ വിമാനത്താവളത്തിൽ വന്നതാണ്. ആ സമയം അദ്ദേ ഹത്തിന്റെ കോൾ വന്നു. നിന്നോടെനിക്ക് വലിയ ദേഷ്യമുണ്ട് എന്നു പറഞ്ഞുകൊണ്ടാണ് സംസാരിച്ചത്. കുറേക്കാലമായി അദ്ദേഹത്തി നെന്നോട് ദേഷ്യമായിരുന്നു. നീ പ്രസംഗിക്കുന്നത് കുറയ്ക്കണം എന്നാണ് അദ്ദേഹം ഉപദേശിച്ചത്. ഇരുന്നെഴുതണം. എഴുതിയതേ ബാക്കി യുണ്ടാവൂ. എഴുത്തിന്റെ ആവശ്യകതയെക്കുറിച്ചും മഹത്വത്തെക്കുറിച്ചും അദ്ദേഹം കൂടുതൽ ബോധവാനായിരുന്നു. മറ്റുള്ളവരെക്കൊണ്ട് എഴുതി ക്കുന്ന ശീലമാണ് അദ്ദേഹത്തിന്റേത്. എഴുത്തിന്റെ കാര്യം ഇടയ്ക്കിടെ ഓർമ്മിപ്പിക്കുകയും ചെയ്യും. എഴുതിയ ഭാഗം വായിച്ചു കേൾപ്പിക്കാനും നിർബ്ബന്ധിപ്പിക്കും. ഗുരുനാഥന്റെ കർക്കശവാക്കുകൾക്കു ശേഷം ശാന്ത നായി ഉരുവിടും. ഇങ്ങനെ ഞാനല്ലാതെ മറ്റാരാണ് നിന്നെ ഉപദേശിക്കാ നുള്ളത്. ഗവേഷണത്തറവാട്ടിലെ കാരണവരുടെ അധികാരമാണ് കൽബുർഗിക്കുള്ളത്. ഒരിക്കലദ്ദേഹം എന്നോട് പറഞ്ഞു: 'നിനക്കിഷ്ട പ്പെട്ട ഒരു ലേഖനം ഞാനെഴുതുന്നുണ്ട്. പന്ത്രണ്ടാം നൂറ്റാണ്ടു മുതൽ

പതിനാറാം നൂറ്റാണ്ടുവരെ കന്നഡഭാഷയിൽ എന്തുകൊണ്ട് എഴുത്തു കാരുണ്ടായില്ല എന്ന കാര്യമാണ് ലേഖനത്തിൽ പ്രതിപാദിക്കുന്നത് എന്നും കൽബുർഗി പറഞ്ഞു.

കൽബുർഗിയുടെ വാക്കുകളിലും പെരുമാറ്റത്തിലും വാത്സല്യം നിറഞ്ഞു കിടക്കും. പ്രശംസ, ഹിതോപദേശം, മാർഗ്ഗനിർദ്ദേശം, മുന്ന റിവ് എന്നിങ്ങനെ സാഹിത്യവിദ്യാർത്ഥികൾക്കെല്ലാം പ്രചോദനമേകുന്ന താണ് അദ്ദേഹത്തിന്റെ സമീപനങ്ങൾ. നല്ലവാക്ക് പറയണം. നല്ല വഴി കാട്ടണം.

"അങ്ങിങ്ങ് ചിതറിപ്പോകുന്ന വ്യർത്ഥമായ ചെറുചെറു പ്രവൃത്തി കളിലേർപ്പെടരുത്. വലിയ മട്ടിലുള്ള പ്രവൃത്തികൾ കൈയേല്ക്കണം" ശിഷ്യരോട് എപ്പോഴും അദ്ദേഹം പറയും. സാഹിത്യരചന വൃഥാവിലുള്ള പ്രവർത്തനമാകരുത്. ഭാഷയ്ക്കു നല്കുന്ന സേവനമാണത്. ലാഭനഷ്ട ങ്ങളുടെ കണക്കിൽ ആ പ്രവർത്തനത്തെ ഉൾപ്പെടുത്തരുത്. കർത്തവ്യം നിർവ്വഹിച്ചു എന്നേ കരുതാവൂ.

വ്യക്തിചിന്ത എല്ലാവർക്കുമുള്ളതാണ്. എന്നാൽ സമൂഹത്തിലെ ഒരു കണ്ണിയാണ് വ്യക്തിയെന്ന ബോധമുണ്ടാകണം. 'മറ്റൊരാളെ ദുഷിക്കാതെ ജീവിക്കണമെന്ന് അദ്ദേഹം പറയും. ഒരു വ്യക്തിയെ നിന്ദിക്കാൻ മറ്റൊരു വ്യക്തിക്കെന്തധികാരം?' മനുഷ്യസൃഷ്ടിയിൽ സർവ്വരും ഒരുപോലെയാ ണ്. ആർക്കും ഉപദ്രവം ചെയ്യരുത്.

ഇങ്ങനെ സഹജീവികളെയെല്ലാം സമാനമായി സ്നേഹിച്ചിട്ടും കൽ ബുർഗിക്കെതിരെ വർഗ്ഗീയവാദികൾ ഉറഞ്ഞാടി. സെക്യൂരിറ്റി വേണ്ടെന്ന് അദ്ദേഹം ശാഠ്യം പിടിച്ചിരുന്നു. സുഹൃത്തുക്കളുടെ നിർബ്ബന്ധത്തിനു വഴങ്ങി സ്വീകരിക്കുകയായിരുന്നു. എന്നാൽ പൊലീസ് കാവലിൽ കഴി യാൻ ആ സ്വതന്ത്രജീവി ഇഷ്ടപ്പെട്ടില്ല. ആഗസ്ത് മദ്ധ്യത്തോടെ പൊലീ സ് കാവൽ അവസാനിപ്പിക്കുകയായിരുന്നു.

4

വചനതത്ത്വം ജീവിത തത്ത്വം

കാരുണ്യമില്ലാത്ത മതം കൊണ്ടെന്തുകാര്യം
ജീവജാലങ്ങളോടെല്ലാം
കാരുണ്യമുണ്ടാവണം.
മതത്തിൻ വേര് കാരുണ്യത്തിലാണ്
ഇങ്ങനെയല്ലാത്തതൊന്നും
കൂടലസംഗമദേവൻ ഇഷ്ടപ്പെടില്ല.

വചനസാഹിത്യത്തിന്റെ പിതാവായറിയപ്പെടുന്ന ബസവണ്ണന്റെ ഏറ്റവും പ്രസിദ്ധമായ ഒരു വചനമാണിത്. ദയകാട്ടാത്ത മതംകൊണ്ട് എന്തുകാര്യമാണെന്നാണ് ബസവണ്ണ ചോദിക്കുന്നത്. അദ്ദേഹം ദളിത രുടെ ചേരികളിൽ ചെന്ന് അസ്പൃശ്യരുടെ സങ്കടങ്ങൾ നേരിൽ കണ്ടിരു ന്നു. ഉന്നതകുലജാതരിൽനിന്ന് ക്രൂരമായ വിവേചനങ്ങളാണ് അവർക്ക് നേരിടേണ്ടിവന്നത്. ബസവണ്ണയുടെ സാന്നിധ്യം ചേരിനിവാസികൾക്ക് ആശ്വാസമായി. ബസവണ്ണ അസ്പൃശ്യരിൽ സമൂലമാറ്റം വരുത്താൻ യത്നിച്ചു.

കൽബുർഗി ബസവവചനത്തെ ആഴത്തിൽ പഠിച്ചതോടെ അദ്ദേ ഹവും ലിംഗായത്തു ജീവിതശൈലി സ്വീകരിച്ചു. അസ്പൃശ്യർക്ക് ലിംഗ ദീക്ഷ നല്കി സവർണ്ണരോടൊപ്പം ഉയർത്തിക്കൊണ്ടുവരാൻ ശ്രമിച്ച ബസവണ്ണ പന്ത്രണ്ടാം നൂറ്റാണ്ടിലാണ് ജീവിച്ചിരുന്നത്. മതവും അന്ധ വിശ്വാസവും ജനതയെ ചൂഷണം ചെയ്തുകൊണ്ടിരുന്ന കാലമാണ്. ക്ഷേത്രങ്ങളും ചൂഷണ കേന്ദ്രങ്ങളായിത്തീർന്നിരുന്നു.

ബൈബിളും ഖുറാനും പോലെ വചനങ്ങൾ പവിത്രത ചേർന്ന ആചാ രസംഹിതയാണെന്ന് കൽബുർഗി കണ്ടെത്തി. വചനങ്ങളനുസരിച്ച് ജീവിതം നയിക്കുന്നവരാണ് ലിംഗായത്തുകാർ. ലിംഗായത്തുകാർക്ക് പ്രധ

നപ്പെട്ട അഞ്ചു മംഗൾ നിലകൊള്ളുന്നുണ്ട്. മംഗളാണോ ആദ്യമുണ്ടാ
യത്, ബസവണ്ണയാണോ ആദ്യമുണ്ടായത് എന്ന ചോദ്യമുയർത്തിക്കൊ
ണ്ടാണ് ഇതു സംബന്ധിച്ച ഗവേഷണത്തിൽ അദ്ദേഹം ഏർപ്പെട്ടത്. ലിംഗാ
യത്തുകാരുടെ ധർമ്മഗ്രന്ഥം വചനങ്ങളാണ്. ധർമ്മഗുരു ബസവണ്ണനാ
ണെന്നും കൽബുർഗി കണ്ടെത്തി. ധർമ്മദൈവം ഇഷ്ടലിംഗവും. ശിവ
ചൈതന്യമാണ് ലിംഗത്തിലടങ്ങിയിരിക്കുന്നത്. ലിംഗം ധരിച്ചുകഴിഞ്ഞാൽ
'കായകം' നടത്തി- അദ്ധ്വാനിച്ച് – ആഹാരത്തിനുള്ള വക കണ്ടെത്ത
ണം. ലിംഗായത്തുകാർക്ക് വേറെ ദേവാലയങ്ങളില്ല. ഭക്തരുടെ വീടുക
ൾ ദേവാലയങ്ങളായി കണക്കാക്കണം. കൽബുർഗി എവിടെ ചെന്നാലും
ഇക്കാര്യങ്ങൾ പറയുമായിരുന്നു. മനുഷ്യകുലത്തെയാകെ ഒന്നായിക്കാ
ണുന്ന വിശാല ബോധമാണിത്. മനുഷ്യർക്കിടയിൽ വിവേചനം പാടില്ല.
ബ്രാഹ്മണനായാലും അസ്പൃശ്യനായാലും ലിംഗം ധരിച്ചുകഴിഞ്ഞാൽ
പിന്നെ രണ്ടുപേരും ലിംഗായത്തു സമുദായക്കാരായി. പിന്നീടവർക്കിട
യിൽ വിവേചനം കാണരുത്. ആ രീതിയിൽ പരിശോധിക്കുമ്പോൾ ലിംഗാ
യത്ത് എന്നത് സ്വതന്ത്ര മതമാണെന്ന് കൽബുർഗി നിരീക്ഷിച്ചു. വീര
ശൈവരെന്നു പറയുന്നതും ലിംഗായത്തെന്നു പറയുന്നതും ഒന്നല്ലെന്ന്
കൽബുർഗി പറഞ്ഞു. ലിംഗായത്ത് സമത്വത്തിന്റെയും കായകതത്ത്വ
ത്തിന്റെയും അടിസ്ഥാനത്തിൽ രൂപം കൊണ്ട മതമാണ്. അത് സ്ഥാപി
ച്ചത് ബസവണ്ണ. എന്നാൽ പന്ത്രണ്ടാം ശതകത്തിനു മുമ്പും ഇതിഹാസ
മുണ്ടല്ലോ. വീര ശൈവ എന്നുള്ളത് ഒരു ധർമ്മമല്ല. അത് ഒരുതരം ആച
രണമാണ്. അതിന് ചരിത്രത്തിന്റെയൊന്നും പിൻബലമില്ല. വീരശൈവ
ധർമ്മം സ്ഥാപിച്ചത് രേണുകാചാര്യരാണെന്നുള്ളത് ശരിയല്ലെന്ന്
കൽബുർഗി കണ്ടെത്തി. രേണുകാചാര്യർക്ക് പൂർവ്വികമായ ഒരു ചരിത്ര
വുമില്ല. വീരശൈവരും ലിംഗായത്തുകാരും ഒന്നെന്നു കരുതിവന്നവരെ
അസ്വാസ്ഥ്യപ്പെടുത്തുന്നതായിരുന്നു കൽബുർഗിയുടെ നിരീക്ഷണം.
അതിന്റെ പേരിൽ തീക്ഷ്ണമായ വിമർശനങ്ങൾ അദ്ദേഹത്തിനെ
തിരെയുയർന്നു. കൽബുർഗിക്ക് ഭയമില്ലായിരുന്നു. താൻ പറയുന്നത് കള്ള
മല്ലെന്ന് അദ്ദേഹത്തിന് ഉറപ്പുണ്ടായിരുന്നു.

    കള്ളം പറയരുത്

    കോപിക്കരുത്

    തന്നത്താൻ പുകഴ്ത്തരുത്

    അന്യരെ നിന്ദിക്കരുത്.

    ഇതുതന്നെ ആന്തരിക ശുദ്ധി.

    ഇതുതന്നെ ബാഹ്യശുദ്ധി.

എന്ന് ഒരു വചനം ഉപദേശിക്കുന്നുണ്ട്. ഭാവിതലമുറയെ നേർവഴി
ക്കുനയിക്കാനുള്ള തത്ത്വദർശനങ്ങളാണ് വചനങ്ങളെന്ന് കൽബുർഗി
ചൂണ്ടിക്കാട്ടി. ഒരു ധർമ്മഗ്രന്ഥത്തിനുണ്ടാകേണ്ട എല്ലാ പരിശുദ്ധിയും
വചനങ്ങൾക്കുണ്ട്. ജീവിതം അനുഭവങ്ങളിലൂടെ നയിക്കാനാണ് വചനം
നിർദ്ദേശിക്കുന്നത്. ദക്ഷിണേന്ത്യയിൽ കർണ്ണാടകത്തിലാണ് ഇതിന് ഏറ്റ

വുമധികം അനുയായികളുള്ളത്. മഹാരാഷ്ട്ര, ആന്ധ്ര എന്നിവിടങ്ങളിലും ഇതിന് സ്വാധീനമുണ്ട്. കേരളത്തിലും തമിഴ്നാട്ടിലും ചെറിയ വിഭാഗം ഈ ധർമ്മമാർഗ്ഗത്തിൽ സഞ്ചരിക്കുന്നവരായുണ്ട്.

"പന്ത്രണ്ടാം ശതകത്തിൽ പിറന്ന വിപ്ലവദർശനമാണിത്. വർഗ്ഗഭേ ദവും വർണ്ണഭേദവും ലിംഗഭേദവും അനുഭവിക്കുന്ന ദളിതരുടെയും ചൂഷി തരുടെയും വിമോചന തത്ത്വശാസ്ത്രമാണ്", കൽബുർഗി പറഞ്ഞു. പണ്ഡിതന്റെ തത്ത്വചിന്തപോലെ വിരസമായ രീതിശാസ്ത്രമല്ലിത്. ഇതിന് വേറിട്ട ലക്ഷ്യമുണ്ട്. ചിന്തയെയും പ്രവൃത്തിയെയും ഒരുപോലെ സ്വാധീ നിക്കുന്ന ദിവ്യമായ സ്നേഹത്തിന്റെയും കാരുണ്യത്തിന്റെയും സുവി ശേഷമായി വചനങ്ങൾ ആദരവ് നേടുന്നു.

വചനവിപ്ലവത്തിന്റെ കേന്ദ്രം ബസവണ്ണയാണ്. അദ്ദേഹം കല്യാ ണിലെ ബിജ്ജല രാജാവിന്റെ ധനകാര്യ മന്ത്രിയായിരുന്നു. പ്രഭാവ ശാലി യായിരുന്നു ബിജ്ജല രാജാവ്. ഇന്നത്തെ മഹാരാഷ്ട്രയിലെ പണ്ടാർപു രത്തിനടുത്തുള്ള 'മംഗലവാഡെ' ബിജ്ജല രാജാവിന്റെ തലസ്ഥാനമാ യിരുന്നു. ചുരുങ്ങിയ കാലം കൊണ്ടുതന്നെ ബസവണ്ണ ധനമന്ത്രിയെന്ന നിലയിൽ പേരെടുത്തു. ഭരണാധികാരിയായി ശോഭിക്കാനല്ല അദ്ദേഹം ശ്രമിച്ചത്. സാമൂഹ്യപരിഷ്കരണ സംരംഭങ്ങൾക്ക് സഹായമായൊരു വൃത്തിയായയേ ധനകാര്യമന്ത്രി സ്ഥാനം കണക്കാക്കിയുള്ളൂ. ധർമ്മവും നീതിയും സർവ്വർക്കും സമാനമായി വിതരണം ചെയ്യാൻ അദ്ദേഹം ശ്രമി ച്ചു. സമൂഹത്തിന്റെ പുനരുദ്ധാരണത്തിനുള്ള അനേകം നടപടികൾ കൈക്കൊണ്ടു. ബസവണ്ണന്റെ സമത്വ ചിന്ത മാമൂൽവാദികളെ രോഷം കൊള്ളിച്ചെങ്കിലും അദ്ദേഹം അതൊന്നും വകവെച്ചില്ല.

ഭയഭീതനായാൽ പിന്നെ ഒന്നും സാധിക്കില്ല

പരിഭ്രാന്തനായാലും കാര്യം നടക്കില്ല.

എന്ന് ബസവണ്ണൻ പറയുന്നുണ്ട്. ഈ വാക്യം കൽബുർഗിയുടെയും തത്ത്വദർശനമായിരുന്നു. പേടിച്ചരണ്ടാൽ പിന്നെ ഒന്നും ചെയ്യാനാകില്ല. പരിഭ്രമിച്ചിട്ടും കാര്യമില്ല. ധീരതയോടെ എല്ലാം നേരിടണം. വചനത്തിന്റെ ഉറവ കണ്ടെത്താനുള്ള തന്റെ ശ്രമം മുന്നോട്ടുകൊണ്ടുപോകാൻ പ്രേരി പ്പിച്ചത് ബസവണ്ണന്റെ ഇത്തരം ഉപദേശങ്ങളാണെന്ന് കൽബുർഗി ചൂണ്ടി കാട്ടി.

ബിജ്ജലന്റെ കല്യാൺ രാജ്യത്തെക്കുറിച്ചും കൽബുർഗി പുതിയ കണ്ടെത്തലുകൾ നടത്തി. മഹാരാഷ്ട്രയിലും ആന്ധ്രയിലും കല്യാൺ രാജ്യം വ്യാപിച്ചിരുന്നു. രാജ്യം ഐശ്വര്യപൂർണ്ണമായിരുന്നെങ്കിലും ജാതി വ്യവസ്ഥയുടെ ദുഷ്യഫലങ്ങൾ എങ്ങും സാമാന്യജനങ്ങൾക്കിടയിൽ ദുരിതം വിതച്ചിരുന്നു. അയിത്തം അതിഭീകരമായി നിലനിന്നു.

അക്കാലത്ത് രണ്ടുതരം ദീക്ഷാ പദ്ധതി നിലനിന്നതായി കൽബുർഗി കണ്ടെത്തി. ഒന്ന് മന്ത്രദീക്ഷ. രണ്ട് മതാന്തരദീക്ഷ. വ്യക്തിയെ ആന്തരി കമായി പവിത്രീകരിക്കുന്നതാണ് മതാന്തരദീക്ഷ. ബാഹ്യമായി മന്ത്രം ചൊല്ലി അനുയായിയാക്കുന്നത് മന്ത്രദീക്ഷ. ബ്രാഹ്മണർക്ക് മാത്രമാണ്

ദീക്ഷ സ്വീകരിക്കുവാനുള്ള അനുവാദം വൈദികധർമ്മം നല്കിയിരുന്നത്. അബ്രാഫണർക്ക് ഒരു തരത്തിലുള്ള ദീക്ഷയും നല്കുമായിരുന്നില്ല. എന്നാൽ ജൈനമതം അബ്രാഹ്മണർക്കും മന്ത്രദീക്ഷ നല്കാൻ തയ്യാറായി. ബസവണ്ണയെ ഇത് ദുഃഖിപ്പിച്ചു. അദ്ദേഹം സവർണ്ണ-അവർണ്ണ ഭേദം നോക്കാതെ സർവ്വർക്കും മതാന്തരദീക്ഷയും മന്ത്രദീക്ഷയും നല്കി.

കൽബുർഗി ദേവാലയ സങ്കല്പത്തെയും മഠത്തെയും കുറിച്ച് ആഴത്തിൽ തന്നെ അന്വേഷണം നടത്തി. ഇവ രണ്ടും ചൂഷണത്തിന്റെ കേന്ദ്ര ങ്ങളാണെന്ന് അദ്ദേഹം വിലയിരുത്തി. ഇതിൽനിന്ന് മുക്തി നേടുന്നതി നാണ് ദാസോഹ- അദ്ധ്വാനം- എന്ന പുതിയ സിദ്ധാന്തം ബസവണ്ണ ആവിഷ്കരിച്ചത്. പ്രവൃത്തികളെ ദൈവിക ഭാവത്തിലേക്ക് ഉയർത്തുന്ന ദർശനമാണിത്. ഒരാൾ ചെയ്യുന്ന പ്രവൃത്തി സ്വന്തം വയറ് നിറയ്ക്കാനും ഭാര്യാമക്കളുടെ ആവശ്യങ്ങൾക്കും വേണ്ടി മാത്രമാണെങ്കിൽ അത് കേവല പ്രവൃത്തിയാകും. ജോലിയിൽനിന്ന് കിട്ടുന്ന പ്രതിഫലം തന്റെ സ്വന്തമല്ലെന്നും ദൈവത്തിന്റേതാണെന്നുമുള്ള ചിന്തയാണ് 'ദാസോഹം.' ദൈവത്തിന്റെ സത്യസന്ധവും പരിശുദ്ധവുമായ വഴിയിലൂടെ ആവശ്യ ത്തിനുള്ളത് സമ്പാദിക്കണം. വചനങ്ങൾ ഇങ്ങനെ ഉപദേശിക്കുമ്പോൾ ക്ഷേത്രങ്ങളും മഠങ്ങളും നേർ വിപരീതദിശയിലാണ് നീങ്ങുന്നതെന്ന് കൽബുർഗി ചൂണ്ടിക്കാട്ടി. ദേഹം തന്നെയാണ് ദേവാലയം എന്ന ബസ വണ്ണ ഉപദേശിച്ചു. ഭക്തരുടെ വീടാണ് മഠങ്ങൾ. ഈശ്വരോപാസനയ്ക്ക് ദേവാലയത്തിന്റെ ആവശ്യമില്ല.

സ്ത്രീസ്വാതന്ത്ര്യത്തിനുവേണ്ടിയും ബസവണ്ണ വചനങ്ങളെ പ്രയോ ജനപ്പെടുത്തിയെന്ന് കൽബുർഗി വിവരിച്ചു. സമൂഹത്തിൽ സ്ത്രീയും പുരുഷനും തുല്യരാണ്. രണ്ടുപേർക്കും ഒരേ ജീവനാണുള്ളത്. കുടും ബത്തിലും സമൂഹത്തിലും അടിമമനോഭാവത്തോടെ സ്ത്രീകളെ സമീ പിക്കുന്ന രീതിയെ ബസവണ്ണ വിമർശിച്ചു. മനുഷ്യന്റെ ഉള്ളിലുള്ള ആത്മാവ് സ്ത്രീയോ പുരുഷനോ അല്ലല്ലോ. അക്കാലത്ത് വിദ്യ നല്കു ന്നത് ജാതിയും ലിംഗവും നോക്കിയായിരുന്നു. സ്ത്രീകൾ നിരക്ഷരരായി അവശേഷിക്കുകയായിരുന്നു. ഉന്നതജാതിയിൽപെട്ടാലും പുരുഷന്മാർക്ക് മാത്രമാണ് വിദ്യാഭ്യാസത്തിന് അർഹതയുള്ളതായി കണക്കാക്കിയിരു ന്നത്. ഈ സമ്പ്രദായത്തെയും ബസവണ്ണ വിമർശിച്ചു. ഉയർന്നകുല ത്തിൽപ്പെട്ടവർ ഉന്നത സ്ഥിതിയിൽത്തന്നെ തുടർന്നപ്പോൾ അസ്പൃശ്യർ കൂടുതൽ കൂടുതൽ ചൂഷണത്തിനും അടിമത്തത്തിനും ഇരയായിക്കൊ ണ്ടിരുന്നു. പുനരുദ്ധാരണ ശക്തിയെക്കുറിച്ചാണ് ബസവണ്ണ അന്വേഷി ച്ചുകൊണ്ടിരുന്നത്. സാധാരണ ജനതയെയും ജാതിഭ്രഷ്ടരെയും ആത്മ സാക്ഷാൽക്കാരത്തിന്റെ ഉന്നതിയിലേക്ക് നയിച്ച ബസവണ്ണ വിപ്ലവകാ രിയായ സന്ന്യാസിവര്യനാണെന്ന് കൽബുർഗി സമർത്ഥിച്ചു. വർണ്ണമനു സരിച്ചല്ല മനുഷ്യനെ വിഭജിക്കേണ്ടത്. ഗുണമനുസരിച്ചാകണം. അതു കൊണ്ട് ബസവണ്ണ ഒരു ഹരിജൻ യുവാവിനെക്കൊണ്ട് ബ്രാഹ്മണ പുത്രിയെ വിവാഹം കഴിപ്പിച്ച് സമൂഹത്തെ ഇളക്കി മറിച്ചു.

മുക്കുവന്റെ മകൻ വ്യാസൻ
ജാതിഭ്രഷ്ടന്റെ പുത്രൻ മാർക്കണ്ഡേയൻ
തവളയുടെ മകൾ മണ്ഡോദരി
അഗസ്ത്യൻ വേട്ടക്കാരൻ
ദുർവ്വാസാവ് ചെരുപ്പുകുത്തി
കശ്യപൻ കല്പണിക്കാരൻ
ജാതിയെപ്പറ്റി നോക്കാതിരിക്കുക.

ജാതിദുഷ്ടമായ സമൂഹത്തെ ഈ രീതിയിൽ ബസവണ്ണ ആക്ഷേ പിക്കുന്നുണ്ട്. ജാത്യാതീത സമൂഹ സങ്കല്പമാണ് ആ മഹാപുരുഷൻ ലക്ഷ്യം വെച്ചത്. 'ലിംഗായത്ത് വിപ്ലവം' കൽബുർഗിയുടെ വിശേഷണം മനുഷ്യർക്കിടയിൽ നല്ലവൻ-കെട്ടവൻ എന്ന ഭേദമേയുള്ളൂ.

ഭാരതീയ ദർശനം മൗലികമായി വ്യക്തിത്വത്തിൽ അധിഷ്ഠിതമാ യിരുന്നു. സമൂഹ ഘടകത്തെ അത് പൊതുവെ നിരാകരിക്കുന്നു. ലിംഗാ യത്ത് വിഭാഗം വ്യക്തിക്കെന്നതുപോലെ സമൂഹത്തിനും തുല്യപ്രാ ധാന്യം നല്കി. ശരണന്മാർ വ്യക്തിശുദ്ധി എന്നതുപോലെ സമൂഹശു ദ്ധിയിലും വിശ്വസിക്കുന്നു. വ്യക്തി- സമൂഹ നന്മ സിദ്ധാന്തമാണ് ബസ വണ്ണ വികസിപ്പിച്ചെടുത്തത്. സമാജോ ധാർമ്മിക സിദ്ധാന്തം – സമഗ്ര ജീവന സിദ്ധാന്തം എന്ന് ഇത് അറിയപ്പെടുന്നു.

ശ്രീബുദ്ധൻ സമൂഹ സിദ്ധാന്തം പ്രതിപാദിക്കുന്നുണ്ടെങ്കിലും സമ ഗ്രമായി സമൂഹസിദ്ധാന്തം പ്രചരിപ്പിച്ചത് വചനകാരന്മാരാണ്. ബ്രാഹ്മ ണന്റെ മക്കൾ ബ്രാഹ്മണർ. ക്ഷത്രിയന്റെ മക്കൾ ക്ഷത്രിയൻ എന്നി ങ്ങനെ തുടരുന്ന പരമ്പരാഗത നീതിയെ ബസവണ്ണ വിമർശിച്ചു. ജാതി ധർമ്മ സമൂഹത്തിനെതിരെയാണ് ബസവണ്ണ ചിന്തിച്ചത്. അദ്ദേഹം ആവി ഷ്കരിച്ച തത്ത്വ ദർശനം ഇങ്ങനെ സംക്ഷേപിക്കാം:

1 കായകമാണ് അനിവാര്യം.

2 കായകം തന്നെ ദൈവം

3 കായകം വേർതിരിവില്ലാത്തത്

4 കായകം വൈകല്പികം- ഐച്ഛികം

5 കായകം കൂടുതൽ നിഷ്പക്ഷമായത്.

6 കായകം ദാസോഹം

അന്തസ്സുള്ള ശാരീരിക വൃത്തിയെന്നാണ് കായകത്തിന്റെ അർത്ഥം. കേവല ഉപജീവന വൃത്തിയല്ല. സ്വന്തം നിലനില്പിനായുള്ള ഏർപ്പാടു കളൊന്നും കായകത്തിൽ പെടില്ല. സമൂഹത്തിന്റെ ഏതെങ്കിലും ആവശ്യം നിറവേറ്റുന്ന കർമ്മത്തിനാണ് പ്രാധാന്യമുള്ളത്.

ബസവണ്ണന്റെ പ്രധാന കണ്ടെത്തൽ 'അന്നമാണ് ദൈവം' എന്ന താണെന്ന് കൽബുർഗി വിലയിരുത്തുന്നു. അന്നം സമ്പാദിക്കാൻ പണി യെടുക്കണമെന്നാകിൽ ആ ജോലിയെ 'ഭഗവാനായി' -ഈശ്വരനായി കണക്കാക്കണം. കായകം വഴിയുണ്ടാക്കുന്ന സമ്പത്ത് വ്യക്തിക്ക് സ്വകാ ര്യമായി കാത്തു സൂക്ഷിക്കാനുള്ളതല്ല. പൊതു നന്മയ്ക്കായുള്ളതാ

ണെന്ന് ചിന്തിക്കണം. അങ്ങനെ വരുമ്പോൾ ദരിദ്ര- ധനിക ഭേദമുണ്ടാ കില്ല. വർത്തമാനകാലത്ത് ഏറ്റവും ഫലപ്രദമായി പ്രയോഗിക്കാനുള്ള താണ് ബസവതത്ത്വങ്ങളെന്ന് കൽബുർഗി ചൂണ്ടിക്കാട്ടുന്നു. ഭേദബുദ്ധി കൂടാതെ ജീവിതം നയിക്കേണ്ടത് സമൂഹപുരോഗതിക്ക് അനിവാര്യമാണ്.

ഒരു വ്യക്തിക്ക് ലിംഗദീക്ഷ നല്കി ശരണനാക്കുമ്പോൾ അയാൾ ഇഷ്ടപ്പെട്ട ജോലി ചെയ്യാനും നിർബ്ബന്ധിതനായിത്തീരുന്നു. കായകം ഒരേതരത്തിലുള്ളതാകണമെന്നില്ല. അഭിഭാഷകന്റെ കർമ്മത്തിനും ക്ഷുര കന്റെ കർമ്മത്തിനും ഒരേ മൂല്യം തന്നെ കല്പിക്കണം. കർമ്മസ്വഭാ വത്തെ ആശ്രയിച്ചല്ല, കർമ്മം ചെയ്യുന്നതിലെ ആത്മഭാവത്തെ ആശ്രയി ച്ചാണ് ശരണരെ വിലയിരുത്തുന്നത്. തന്റെ മന്ത്രിപദം പോലെ ഒരു ചെരു പ്പുകുത്തിയുടെ കർമ്മവും പ്രധാനപ്പെട്ടതാണെന്ന് ബസവണ്ണ പറയുന്നു. നിഷ്കാമ കർമ്മം ചെയ്യുന്നവരെ അതാത് തൊഴിലിന്റെ വിശേഷണം ചേർത്ത് അഭിസംബോധന ചെയ്യാനും ബസവണ്ണ മടിച്ചിരുന്നില്ല. ഓരോ ശരണനും ഇഷ്ടമുള്ള കായകം സ്വീകരിക്കാം. കായകമേതു സ്വീകരി ച്ചാലും മനുഷ്യരെല്ലാം തുല്യരാണെന്നു ഭാവിക്കണം.

ബസവണ്ണന് 'കായകം' കേവലം ഭൗതികക്രിയ ആയിരുന്നില്ല. ആന്ത രിക ശുദ്ധിക്കുള്ള ക്രിയകൂടിയാകണം.

കായകമേ കൈലാസം

കർമ്മം തന്നെ ആരാധന

എന്ന് ബസവണ്ണ ഓർമ്മിപ്പിക്കുന്നുണ്ട്. ഗുരു, ജംഗമൻ, ശരണൻ- എന്നിങ്ങനെയുള്ള ഭേദഭാവമെന്തിനെന്ന് ബസവണ്ണയോട് സംശയം പ്രക ടിപ്പിച്ചവരുണ്ടായിരുന്നു. ദീക്ഷ നല്കാൻ ഗുരു വേണം. ആത്മീയ യാത്ര യിൽ വഴികാട്ടുന്നവൻ ജംഗമൻ. കായകത്തിലൂടെ ദാസോഹത്തിൽ എത്തി ച്ചേർന്നാൽ ശരണരായി.

ഇരുമ്പുപണിയെടുക്കുന്നവനെ കൊല്ലൻ എന്നു പറയുന്നു. അല ക്കുകാരനെ ധോബി എന്നു വിളിക്കുന്നു. വസ്ത്രം നെയ്യുന്നവൻ നെയ്ത്തു കാരൻ. വേദം പഠിച്ചവനെ ബ്രാഹ്മണൻ എന്നും പറയുന്നു. കർമ്മഭേദം കൊണ്ട് മാത്രമാണ് ഇവർ ഓരോ പേരിൽ അറിയപ്പെടുന്നത്. ശ്രേഷ്ഠൻ- കനിഷ്ഠൻ എന്ന വ്യത്യാസം ആരിലും കല്പിക്കരുത്. അതുകൊണ്ട് കൽബുർഗി കണ്ടെത്തിയത് ലിംഗായത്തുകാരെല്ലാം മൗലികമായി ബ്രാഹ്മ ണരാണെന്നാണ്. ലിംഗായത്തു സമുദായക്കാർ അഞ്ചു മഠങ്ങളുടെ കീഴി ലുള്ളവരാണ്. മഠാധിപതികൾ ആഡംബര ജീവിതം നയിക്കുന്നവരാണ്. ഉത്സവങ്ങളിൽ പല്ലക്കുകളിൽ എഴുന്നള്ളത്തും മറ്റും നടത്താറുണ്ട്. ലിംഗാ യത്ത് തത്ത്വദർശനത്തിന് തീർത്തും വിപരീതമായ വൃത്തിയാണിതെന്ന് കൽബുർഗി ചൂണ്ടിക്കാട്ടി. ലിംഗം കഴുത്തിൽ അണിഞ്ഞാൽ പിന്നെ അവിടെ നിയന്ത്രിക്കാനോ ഉപദേശിക്കാനോ മറ്റൊരു പുരോഹിതന്റെ ആവ ശ്യമില്ല. മഠങ്ങൾ ബസവ തത്ത്വങ്ങൾക്ക് വിരുദ്ധമായി വർത്തിക്കുകയാ ണെന്നും കൽബുർഗി പറഞ്ഞു. ലിംഗായത്ത് സമുദായക്കാരെ സർക്കാർ

പ്രത്യേക വിഭാഗമായി കണക്കാക്കി ആനുകൂല്യങ്ങൾ നല്കണമെന്ന് കൽബുർഗി മുഖ്യമന്ത്രിക്ക് കത്തയയ്ക്കുകയുണ്ടായി.

ബസവമാർഗ്ഗ എന്ന തന്റെ പ്രബന്ധത്തിൽ കൽബുർഗി നിലനില്ക്കുന്ന വിശ്വാസ പ്രമാണങ്ങളെ നിശിതമായി ചോദ്യം ചെയ്യുന്നു:

> ചതുരാചാര്യർ, പഞ്ചമാചാര്യർ എന്നും മറ്റും പറയുന്നത് വാസ്തവത്തിൽ കളവാണ്. 1530 നുമുമ്പ് ഇങ്ങനെയുള്ളവർ ജീവിച്ചിരുന്നതിന് യാതൊരു തെളിവുമില്ല. സത്യം മറച്ചുവെച്ച് ഗുസ്തി പിടിക്കുന്നതുകൊണ്ട് കാര്യമില്ല. അതിലൂടെ സമൂഹം പുരോഗതി പ്രാപിക്കില്ല. പണ്ഡിതപരമ്പരകളെപ്പറ്റി നാം മേലിലെങ്കിലും ആഴത്തിൽ പരിശോധിക്കണം. ലിംഗായത്തു പരമ്പര ഉടലെടുത്ത തോടെ മറ്റെല്ലാ പരമ്പരകളും ഗ്രൂപ്പുകളും അതിൽ ലയിച്ചു ചേർന്നു. അങ്ങനെയല്ലാതെ നിലനില്ക്കുന്നതുകൊണ്ടാണ് കോലാഹലങ്ങൾ ഉയരുന്നത്.

5

വചന പരിഭാഷ

കർണ്ണാടകത്തിലെ പ്രാചീനസാഹിത്യ ശാഖയാണ് 'വചനങ്ങൾ'. വേദങ്ങളെയും ഉപനിഷത്തുകളെയും പുരാണങ്ങളെയും ജനകീയബോ ധത്തോടെ സമീപിക്കുന്നു എന്നതാണ് വചനങ്ങളുടെ സവിശേഷത. കർണ്ണാടകത്തിൽ പന്ത്രണ്ടാം നൂറ്റാണ്ടു തൊട്ട് പതിനെട്ടാം നൂറ്റാണ്ടുവ രെയായി ഇരുപത്തൊന്നായിരം വചനങ്ങൾ രചിക്കപ്പെട്ടതായി കൽബുർഗി കണ്ടെത്തി. അവയിൽനിന്ന് ലോകസമ്മതമായി നിലകൊള്ളുന്ന 2500 വചനങ്ങൾ തെരഞ്ഞെടുക്കാനുള്ള ചുമതല കൽബുർഗിക്കായിരുന്നു. 173 ശരണന്മാരെഴുതിയ ഈ വചനങ്ങൾ ഭാരതത്തിലെ എല്ലാ ഭാഷകളി ലേക്കും പരിഭാഷപ്പെടുത്താനുള്ള സമിതിയുടെ ചുമതലയാണ് കൽ ബുർഗിയെ ഏല്പിച്ചത്. ആദ്യം ഇംഗ്ലീഷിലേക്കും ഹിന്ദിയിലേക്കും പരി ഭാഷപ്പെടുത്തി. ഇതിന്റെ അടിസ്ഥാനത്തിൽ ഇന്ത്യയിലെ എല്ലാ ഭാഷക ളിലേക്കും വിദേശഭാഷകളിലേക്കും തർജ്ജമ ചെയ്യാനുള്ള ശ്രമം നട ത്തി. മലയാള വിവർത്തനം പ്രകാശനം ചെയ്യാനിരിക്കെയാണ് കൽബുർഗി കൊല്ലപ്പെട്ടത്.

തിരുവനന്തപുരത്ത് രണ്ടുതവണ കൽബുർഗിയുടെ കൂടെ കഴിഞ്ഞ സ്മരണ മായാതെയുണ്ട്. എന്നെക്കൂടാതെ ഡോ. എം രാമ, പ്രൊഫ. കമലാദേവി, പാർവ്വതി ജി ഐത്താൾ, സത്യനാരായണ ഭട്ട്, ഡോ. കെ രാഘവൻ നമ്പ്യാർ (മണിപ്പാൽ), പ്രൊഫ. രവീന്ദ്രൻ (ബണ്ടുവാൾ കോളേജ്) എന്നിവരും വചനപരിഭാഷാ ശില്പശാലയിൽ സംബന്ധിച്ചു. ഭാഷാവിദഗ്ദ്ധനും എഡിറ്ററുമായി പങ്കെടുത്ത് ഡോ. കൽബുർഗിയാ ണ്. ക്ഷണ്ഡികയറിയ ഒരു മനുഷ്യനെന്നേ ആദ്യം കരുതിയുള്ളൂ. എന്നാൽ ബഹുമുഖ വർത്തിയായ പ്രതിഭാശാലിയാണ് അദ്ദേഹമെന്ന് ഒരു ദിവസം കൊണ്ടുതന്നെ മനസ്സിലായി. ബസവണ്ണയെപ്പോലെ എല്ലാ

അർത്ഥത്തിലും കൽബുർഗിയും സമർപ്പിത ജീവിതമായിരുന്നു. ആമുഖ പ്രസംഗത്തിൽത്തന്നെ ബസവചരിത്രം ഞങ്ങളെ ബോദ്ധ്യപ്പെടുത്തി. ബസവവചനങ്ങളുടെ പ്രസക്തിയാണ് തുടർന്ന് വ്യക്തമാക്കിയത്. ദീപ്തി യാർന്ന ജീവിതമാണ് ബസവണ്ണയുടേതെന്ന് അദ്ദേഹം പറഞ്ഞു. സമാ നതകളില്ലാത്ത ചിന്തകളാണ് ബസവണ്ണ അവതരിപ്പിച്ചത്. പന്ത്രണ്ടാം ശതകത്തിലാണ് രചിക്കപ്പെട്ടത്. കാലമിത്രയും കഴിഞ്ഞിട്ടും നവീനമായ ചിന്തകൾ അവ ഉല്പാദിപ്പിച്ചുകൊണ്ടിരിക്കുന്നു.

കൽബുർഗി സംസാരിച്ചത് വളരെ പതുക്കെയാണ്. ശബ്ദത്തിന് മാർദ്ദവവും മാധുര്യവും ഉണ്ടായിരുന്നു. എന്നാൽ അവതരിപ്പിച്ച ആശയ ത്തിന് കരുത്തും ചൈതന്യവുമുണ്ടായി. ഒരു വൈസ്ചാൻസലറായിരുന്ന വ്യക്തിയാണ് ഞങ്ങളുടെ മുന്നിലിരിക്കുന്നതെന്ന തോന്നലേ അനുഭവ പ്പെട്ടില്ല. വിശാല നെറ്റിയിലും തിളങ്ങുന്ന മിഴികളിലും തുടിച്ചുനിന്നത് ജ്ഞാനത്തികവായിരുന്നു. ബസവണ്ണൻ പറഞ്ഞതെല്ലാം അദ്ദേഹം സ്വന്തം ജീവിതത്തിൽ പകർത്തുകയായിരുന്നു.

നിരഞ്ജനയുടെ പരിഭാഷകനാണെന്ന് ഞാൻ പരിചയപ്പെടുത്തിയ പ്പോൾ കൽബുർഗിക്ക് കൂടുതൽ ഇഷ്ടം തോന്നി. പരിഭാഷാകർമ്മത്തെ ക്കുറിച്ച് അദ്ദേഹം വാചാലനായി. ഉഭയഭാഷകൾക്കിടയിലെ ഈ സാംസ്കാരികവിനിമയം സാഹിത്യവളർച്ചയെ ത്വരിതപ്പെടുത്തുമെന്ന് കൽബുർഗി പറഞ്ഞു. സഹോദര ഭാവത്തോടെയാണ് അദ്ദേഹം എല്ലാ വരോടും പെരുമാറിയത്.

വചനങ്ങൾക്കെല്ലാം ഓരോരോ ലക്ഷ്യമുണ്ടെന്ന് കൽബുർഗി പറ ഞ്ഞു. ബസവ വചനങ്ങൾക്കുപുറമേ അല്ലമപ്രഭുദേവ്, ചെന്ന ബസവ ണ്ണ, സിദ്ധരാമേശ്വര, അക്കമഹാദേവി, അക്കമ്മ എന്നിങ്ങനെ ബസവ യുഗ ത്തിലെ വചനങ്ങളും ബസവയുഗത്തിനു ശേഷമുണ്ടായ വചനങ്ങളും കൽബുർഗി വിലയിരുത്തി.

കർണ്ണടകത്തിലെ ശ്രേഷ്ഠ വചന കവയിത്രിയാണ് അക്കമഹാദേ വി. ശിവമൊഗ ജില്ലയിലെ ഉഡുതഡി ഗ്രാമത്തിലാണ് അവർ ജനിച്ചതെന്ന് ഗവേഷകർ കണ്ടെത്തിയിട്ടുണ്ട്. 'ഉഡുതഡി' എന്ന വാക്കിന് കുളക്കര യിലെ ഗ്രാമം എന്നാണർത്ഥം കല്പിക്കുന്നത്. ചെന്നമല്ലികാർജ്ജുനനെ ഭർത്താവായി കരുതി ലൗകിക ജീവിതം വേണ്ടെന്നു വച്ച മഹതിയാണ് അക്കമഹാദേവി. കന്നഡസാഹിത്യത്തിലെ അനേകം പുരാണങ്ങളിൽ അവരുടെ ജീവിതത്തെക്കുറിച്ച് പരാമർശമുണ്ട്. വചനങ്ങളിലെ സ്ത്രീ പുരുഷസമത്വത്തെപ്പറ്റി വളരെ ആഴത്തിലാണ് കൽബുർഗി വിശദീകരി ച്ചത്. അവരുടെ 434 വചനങ്ങൾ കണ്ടെടുത്തിട്ടുണ്ടെന്ന് അദ്ദേഹം വിശ ദീകരിച്ചു. ജീവിതത്തിലെ സുഖ ദുഃഖങ്ങളെക്കുറിച്ചും ആദ്ധ്യാത്മിക ഭാവ നകളെക്കുറിച്ചും വിശിഷ്ടരൂപത്തിൽ അക്കമഹാദേവി വിലയിരുത്തിയി ട്ടുണ്ട്. അക്ഷരം തൊട്ട് പുരാണ-കാവ്യാദികൾവരെ അവർ അഭ്യസിച്ചി രുന്നു. ഒരു സ്ത്രീയായിട്ടും ഉന്നതവിദ്യ നേടാനുള്ള സാഹചര്യം അവർക്ക് ലഭിച്ചെന്നത് ഗണനീയമാണെന്ന് കൽബുർഗി പറയുകയുണ്ടായി:

വിത്തിനുള്ളിലെ വൃക്ഷവും അങ്കുതവും
കായും പൂവും ഇലയുമൊന്നും പുറമെ കാണുന്നില്ല
വിറകിനുള്ളിൽ തീയുണ്ട്, ചൂടും പുകയുമുണ്ട്
ശൂന്യതയിൽ നാദമുണ്ട്.

എന്ന് 'ആദയ്യ' യുടെ ഒരു വചനത്തിൽ പറയുന്നു. കൽബുർഗിക്കും ചേരും ഈ വിശേഷണങ്ങൾ. കാഴ്ചയിൽ അദ്ദേഹം ശാന്തനാണ്. എന്നാൽ ശിരസ്സിനുള്ളിലാണ് മഹാഗവേഷണ ഫലങ്ങൾ ഒതുങ്ങി നില്ക്കുന്നത്. ഒന്നും പുറത്തുകാട്ടാതെ നടന്നു നീങ്ങുന്ന പണ്ഡിത ശ്രേഷ്ഠൻ.

വചനകാരരിൽ അസ്പൃശ്യ ജാതിയിൽപ്പെട്ടവരുമുണ്ടെന്ന് കൽബുർ ഗി ചൂണ്ടിക്കാട്ടുന്നു. 'മാദാർ ചെന്നയ്യ' അവർണ്ണ സമുദായത്തിൽപ്പെട്ട വച നകാരനാണ്. ചോളദേശത്തായിരുന്നുവത്രേ അദ്ദേഹത്തിന്റെ മൂലകുടും ബം. മാദാർ ചെന്നയ്യ കൊട്ടാരത്തിലെ കുതിരാലയ ജോലിക്കാരനായിരു ന്നു. അദ്ദേഹം രഹസ്യമായി ശിവനെ ആരാധിച്ചിരുന്നു. ശിവനെ അദ്ദേഹം കഞ്ഞിവെള്ളം കുടിപ്പിച്ചതായി പുരാണങ്ങളീൽ പറയുന്നുണ്ട്. ഇതിൽ നിന്ന് വ്യക്തമാകുന്ന ഒരു സത്യമുണ്ടെന്ന് കൽബുർഗി പറയുന്നു. ശിവാ രാധനയ്ക്ക് ജാതിയോ തൊഴിലോ നിലയോ ഒരു പ്രശ്നമല്ലെന്ന് ഇതിൽനിന്ന് വ്യക്തമാകുന്നു. മാദാർ ചെന്നയ്യ കല്യാൺ രാജ്യത്ത് വന്ന് ചെരുപ്പു തുന്നിയാണ് ജീവിച്ചത്. ഇദ്ദേഹത്തിന്റേതായ പത്തുവചനങ്ങ ളാണ് കണ്ടുകിട്ടിയത്. ഒരു വചനത്തിൽ പറയുന്നു:

കർമ്മവും വാക്കും സിദ്ധാന്തമനുസരിച്ച്
താഴ്ന്നകുലത്തിലുള്ളവർ അശുദ്ധരല്ല
നല്ലവാക്കുച്ചരിച്ച് കെട്ടകർമ്മം ചെയ്താൽ
അവനാണശുദ്ധൻ.
സദാചാരം തന്നെ കുലം.
ദുരാചാരം കുലമില്ലായ്മ.

വചനമനുസരിച്ച് ജീവിതം നയിക്കൽ പ്രയാസകരമാണെന്ന് കൽബുർഗി കണ്ടെത്തുന്നു. ലിംഗം ധരിച്ച് ശിവശരണനായാൽ പിന്നെ ആ ഭക്തന് മറ്റൊരു ദേവാലയത്തിന്റെയോ പൂജാരിയുടെയോ മഠ ത്തിന്റെയോ ആവശ്യമില്ല.

വചനങ്ങളുടെ പൊരുൾ കണ്ടെത്തുന്നതിന് ക്ലേശപൂർണ്ണ ഇടപെട ലുകളാണ് കൽബുർഗി നടത്തിയത്. വചനങ്ങളുടെ താളിയോലകൾ കണ്ടെത്തുന്നതിന് ബ്രിട്ടീഷ് ലൈബ്രറിവരെ അന്വേഷണം വ്യാപിപ്പിച്ച അദ്ദേഹം വചനത്തിന്റെ പൊരുളിനെതിരെ നിലനില്ക്കുന്ന ചൂഷണങ്ങൾ വെളിച്ചത്തുകൊണ്ടുവരാൻ തീവ്രശ്രമം നടത്തി. *മാർഗ* എന്നപേരിലുള്ള ഗവേഷണപ്രബന്ധങ്ങൾ ഇതിനുദാഹരണമാണ്. ശരണമാർഗ്ഗം എന്നത് മനുഷ്യജീവിതം പൊതുജനഹിതാർത്ഥം വിനിയോഗിക്കാനുള്ള രീതിശാ സ്ത്രമാണ്. വ്യക്തിയുടെയും സമൂഹത്തിന്റെയും പുരോഗതിയാണത് ലക്ഷ്യം വയ്ക്കുന്നത്.

സംസ്കൃതത്തിലെ മുക്തകങ്ങള്‍പോലെയും തമിഴിലെ കുറും കവി തകള്‍പോലെയും ഭാവരൂപങ്ങളും വ്യക്തിത്വവും പുലര്‍ത്തുന്ന ഹ്രസ്വ കവനരീതിയാണ് വചനകവിതയെന്ന് ഡോ. ആര്‍ ബി ശ്രീകല തന്റെ *വചനവഴിയിലെ വിസ്മയങ്ങള്‍* എന്ന കൃതിയില്‍ ചൂണ്ടിക്കാട്ടുന്നു. ശിവ ശരണരുടെ നന്‍മൊഴികളാണിവ. വാക്യരീതിയില്‍ മിതത്വവും വ്യക്തി ത്വവും പുലര്‍ത്തുന്നു. അതിശക്തവും തീക്ഷ്ണവുമായ ആശയങ്ങളാണ് വിക്ഷേപിക്കുന്നത്. വചനങ്ങള്‍ കന്നഡ സാഹിത്യത്തിനുമാത്രം അവ കാശപ്പെട്ടതാണ്. സാഹിത്യത്തിലെന്നതുപോലെ മതത്തിലും സമുദായ ത്തിലും വമ്പിച്ച മാറ്റങ്ങള്‍ സൃഷ്ടിച്ചുകൊണ്ടാണ് വചനങ്ങളുടലെടുത്ത തെന്ന് കല്‍ബുര്‍ഗി തന്റെ *മാര്‍ഗ്ഗ* എന്ന ഗവേഷണപ്രബന്ധത്തില്‍ അഭി പ്രായപ്പെടുന്നു.

കന്നഡ ഭാഷയ്ക്കെന്നതുപോലെ ഞങ്ങളെപ്പോലുള്ള പരിഭാഷകര്‍ ക്കും ബസവവചനങ്ങള്‍ ഊര്‍ജ്ജം പകരുന്നതായിരുന്നു. നേരായ ചിന്തയും നേരായ കര്‍മ്മവുംകൊണ്ട് ജീവിതം ഗുണപ്രദമാക്കിത്തീര്‍ക്ക ണമെന്ന വചനക്കാരുടെ ഉപദേശം വര്‍ത്തമാനകാലത്ത് വളരെ പ്രസ ക്തമാണെന്ന് കല്‍ബുര്‍ഗി ഓര്‍മ്മിപ്പിച്ചു. അത്തരം ചിന്തകള്‍ മൊഴിമാറ്റ ത്തിന് വിധേയമാക്കുന്നത് വളരെ ക്ലേശം നിറഞ്ഞ കാര്യമാണ്. കല്‍ബുര്‍ഗി ഓരോ സന്ദര്‍ഭത്തിലും വിശദീകരണം നല്‍കി. കന്നഡ സാഹിത്യത്തില്‍ വചനങ്ങള്‍ക്കു നല്‍കിയ നിര്‍വ്വചനങ്ങള്‍ അദ്ദേഹം ഞങ്ങളെ കേള്‍പ്പിച്ചു. അനുഭവങ്ങളില്‍നിന്നും ഉടലെടുത്ത മൊഴികളെന്ന് ചരിത്രകാരന്‍മാര്‍ വിശേഷിപ്പിക്കുന്നു. ആത്മീയഭാവം കലര്‍ത്തിയ ഗദ്യരൂപം എന്നും നിര്‍വ്വചിക്കുന്നു. എന്തായാലും വചനങ്ങളെല്ലാം തന്നെ ഓജസ്സും പ്രസാദവും മാധുര്യവും പകരുന്നതാണ്. ഭക്തിയെക്കുറിച്ച് സാധാരണക്കാരന് ലളിതമായ ഭാഷയില്‍ വിവരിച്ചുകൊടുക്കുന്ന വിപ്ലവ കരമായ ദര്‍ശനങ്ങള്‍ ഉള്‍ക്കൊള്ളുന്നതാണ്. വചനകാരന്‍മാര്‍ വിരക്തജീ വിതം നയിക്കുന്ന സന്ന്യാസിമാരായിരുന്നില്ല, കുടുംബസ്ഥരായിരുന്നു. ബസവണ്ണയ്ക്ക് ഭാര്യയും മക്കളുമുണ്ടായിരുന്നു. ശിവനെന്ന ഏക ദൈവ ത്തില്‍ വിശ്വസിക്കുന്നവരാണ് ശരണന്‍മാര്‍. ഡോ. ആര്‍ ബി ശ്രീകല വിവ രിക്കുന്നതു നോക്കുക:

ശൈവ മതാനുയായികളായ കവികളും കവയിത്രികളുമാണ് വച നകവിതകള്‍ രചിച്ചത്. ദേഹത്ത് ലിംഗം ധരിച്ച ലിംഗായത്തുകാ രാണവര്‍. ഭൗതികസുഖം നിഷ്പ്രയോജനകരമായി ഇവര്‍ കരു തുന്നു. നിയതമായ വൃത്തത്തിലല്ല വചനകവിതകള്‍ എഴുതപ്പെ ട്ടത്. എന്നാല്‍ കവിതപോലെ ഇവ പാടാന്‍ കഴിയും. വചനങ്ങള്‍ക്ക് ആദിപ്രാസവും അന്ത്യപ്രാസവുമുണ്ട്. ഗദ്യരചനയുടെ നിയമങ്ങള്‍ ദീക്ഷിക്കുന്നില്ല എന്നതുകൊണ്ട് ഇവ ശുദ്ധമായ ഗദ്യവുമല്ല. സാന്ദര്‍ഭികമായുരുവിടുന്ന ആത്മാവിഷ്കാരപ്രധാനമായ നിഗൂഢ കാവ്യശകലങ്ങളാണ് വചനങ്ങള്‍. വചനങ്ങളുടെയെല്ലാം അന്തര്‍

ധാരയായി വർത്തിക്കുന്നത് ശൈവ ഭക്തിയാണ്. ലളിതഭാഷയും ശൈലിയും ദേശ്യപദങ്ങളും ഈ കാവ്യശകലങ്ങളെ സാർവ്വജനീനമാക്കുന്നു.

പന്ത്രണ്ടാം നൂറ്റാണ്ടിലെ ജീവിതാവസ്ഥയാണ് വചനങ്ങളുടെ ഉത്ഭവത്തിനിടയാക്കിയതെന്ന് കൽബുർഗി പറയുന്നു. സമത്വത്തിന്റെയും സാഹോദര്യത്തിന്റെയും സന്ദേശമാണ് വചനങ്ങളുയർത്തുന്നത്. പദഘടന പലപ്പോഴും സങ്കീർണ്ണമായനുഭവപ്പെടും. താളവും ഭാവാത്മകതയും ദീക്ഷിക്കാൻ പരിഭാഷകർ ശ്രദ്ധിക്കണം. ബസവണ്ണന്റെയും ചെന്ന ബസവണ്ണന്റെയും ജീവചരിത്രം പുനഃസൃഷ്ടിക്കുന്നതിന് അനേകം ശിലാശാസനങ്ങളും പ്രാചീന താളിയോലകളും കൽബുർഗി പരിശോധിക്കുകയുണ്ടായി. ഹിന്ദു സമുദായം പരാജയപ്പെട്ടിടത്താണ് ബസവണ്ണ രംഗത്ത് വരുന്നത്. ബസവ പുരാണം, ശിവതത്ത്വചിന്താമണി, ശിംഗി രാജ പുരാണം, യുഗപ്രവർത്തക ബസവണ്ണ നവറ വചന ഗളു, ധർമ്മഭണ്ഡാരി ബസവണ്ണനവരു- എന്നിങ്ങനെ പൂർവ്വികരുടെ രചനകളെല്ലാം തന്നെ കൽബുർഗി പരിശോധിച്ചിരുന്നു. നിലനില്ക്കുന്ന മാമൂൽ വാദങ്ങളുടെ നിഷേധമാണ് വചനങ്ങൾ.

ഞാനങ്ങയിൽ വിശ്വസിക്കുന്നു
ഞാനങ്ങയ്ക്ക് സമർപ്പിതനായിരിക്കുന്നു
അങ്ങെന്റെ ദേഹം കുലുക്കി പരീക്ഷിക്കുന്നു.
മനസ്സ് കുലുക്കി പരിശോധിക്കുന്നു.
സമ്പത്ത് അളന്നു നോക്കുന്നു
ഇതുകൊണ്ടൊന്നും ഞാൻ ഭയക്കുന്നില്ല
ഈ ഭക്തന് അലിഞ്ഞു ചേരാൻ
കൂടലസംഗമദേവനുണ്ട്.

ബസവണ്ണന്റെ ഈ വചനതത്ത്വം കൽബുർഗിക്കും ചേരും. അനേകം അഗ്നിപരീക്ഷകളാണ് അദ്ദേഹത്തിന് നേരിടേണ്ടിവന്നത്. ശിവൻ ഭക്തരെ കുലുക്കിനോക്കി ശുദ്ധീകരിക്കുമെന്നു പറയും. കൽബുർഗിയെ വർഗ്ഗീയവാദികൾ ആക്രമിച്ചു പീഡിപ്പിച്ചു. മനുഷ്യശരീരം പഞ്ചഭൂതങ്ങളാൽ നിർമ്മിതമാണ്. എന്നാൽ ആ പഞ്ചഭൂതങ്ങൾ പുറമെ ദൃശ്യമാവുന്നില്ല. ദേഹം ഭൂമിയുടെ ഭാഗമാണ്. എന്നാൽ ദേഹത്തിൽ ഭൂമിയംശം ദൃശ്യമല്ല. ദേഹത്ത് അഗ്നിയുണ്ടെങ്കിലും ജ്വാല ദൃശ്യമല്ല. ജലമുണ്ടെങ്കിലും ഒഴുക്കറിയുന്നില്ല. വായുവുണ്ടെങ്കിലും വീശിയടിക്കുന്നില്ല. ജന്മമെടുത്ത വർക്കെല്ലാം വിശപ്പും ദാഹവും കാമവും മരണവുമുണ്ടാകും. പ്രാപഞ്ചിക ദുഃഖങ്ങളുടെ ഭാഗമാണിവയെല്ലാം. ഇവയെ നിസ്സാരവല്ക്കരിക്കാനും ശിവശക്തിയിൽ ലയിച്ചുചേരാനും കഴിയണം. ഇങ്ങനെയുള്ള ശരണന്മാരുടെ വാക്കും പ്രവൃത്തിയും സംശുദ്ധമാകണം. വർത്തമാനകാലത്ത് വാക്കൊന്ന് പ്രവൃത്തിയൊന്നാണ്. കൽബുർഗിക്ക് തന്നെ ഇത്തരം അനേകം അനുഭവങ്ങൾ നേരിടേണ്ടിവന്നിട്ടുണ്ട്.

38

വാക്കുകൾ മുത്തുമാലകളാകണം,
വാക്കുകൾക്ക് മാണിക്യക്കല്ലിൻ ശോഭയുണ്ടാകണം,
വാക്കുകൾ സ്ഫടികം പോൽ തിളങ്ങണം.

എന്ന ബസവണ്ണന്റെ ഉപദേശം കൽബുർഗി മുഖവിലയ്ക്കെടുക്കുന്നു. കാതിനും മനസ്സിനും ഇമ്പം കലരുംമട്ടിൽ സംസാരിക്കണം. വചനം എന്നു പറഞ്ഞാൽ തന്നെ വാക്കാണ്. ശീലാചാരങ്ങൾ എന്നും അർത്ഥ കല്പന ചെയ്യാം.

മനുഷ്യൻ ആഹാരത്തിലും വസ്ത്രത്തിലും മിതത്വം പാലിക്കണ മെന്ന് കൽബുർഗി പറയും. പ്രപഞ്ചത്തിലെ വിഭവങ്ങൾ ഒരു വ്യക്തിക്ക് മാത്രം അനുഭവിക്കാനുള്ളതല്ല. 'അംബലി-കംബലി' എന്ന് കൽബുർഗി ഉപദേശിക്കും. അംബലിക്ക് കഞ്ഞി എന്നാണർത്ഥം. കംബലിക്ക് ലളിത വസ്ത്രമെന്നും. ജീവിക്കാനാവശ്യമായ ഭക്ഷണം കഴിക്കണം. നാണം മറയ്ക്കാൻ വേണ്ട വസ്ത്രം ധരിക്കണം. സാമൂഹ്യരംഗത്ത് വിപ്ലവം സൃഷ്ടിക്കാവുന്ന ആശയമാണിത്. ഇന്നത്തെ പ്രശ്നങ്ങൾക്കെല്ലാം കാരണം ആർത്തിയാണ്-ദേഹത്തോടുള്ള അത്യാസക്തി.

പാമ്പിൻ വായിലെ തവള
പാറുന്ന ഈച്ചയ്ക്കുവേണ്ടി നാവ് നീട്ടുന്നു
നശ്വരദേഹം നിലനിർത്താൻ
മോഹംകൊണ്ട് കള്ളം പറയുന്നു.

ജീവിതം നശ്വരമെങ്കിലും പരിശുദ്ധവും പ്രയോജനപ്രദവുമാകണം. ഈ പ്രപഞ്ചത്തെ നാണയമടിക്കുന്ന കമ്മട്ടത്തോടാണ് ബസവണ്ണ ഉപ മിച്ചത്. അതിൽനിന്നും പുറത്തുവരുന്ന നാണയങ്ങളാണ് നമ്മൾ. നാണയം വ്യാജമാകാതെ സംരക്ഷിക്കണം. കൽബുർഗി വചനങ്ങളെപ്പറ്റി സംസാ രിക്കാൻ തുടങ്ങിയാൽ നിർത്തില്ല. അത്രയ്ക്കുണ്ട് ആ സാഹിത്യശാഖ യുമായുള്ള അദ്ദേഹത്തിന്റെ ആത്മബന്ധം. വെറുതെ നിരാശപ്പെട്ട് ജഡ പ്രായമായി ആരും ജീവിക്കരുത്. മാനവരാശിയുടെ അനിവാര്യമായ ഭാവം പ്രതികരണമാണ്. പ്രതികരണം സമൂഹനന്മയെ ലാക്കാക്കുന്നതാകണം. ഇതിന് സഹിഷ്ണുതയും അത്യാവശ്യമാണ്.

തന്നോട് ദ്വേഷിക്കുന്നവനോട്
ദ്വേഷം ഭാവിച്ചിട്ടെന്തു ഫലം!
അതുകൊണ്ടുള്ള ദോഷം
അവനവനുമാത്രം.
സ്വന്തം വീടിനു തീപറ്റിയാൽ
സ്വന്തം വീടേ കത്തി നശിക്കൂ

ബസവണ്ണയുടെ നിരീക്ഷണങ്ങളെല്ലാം ഉദാത്തവും അപൂർവ്വ ചാരു തയാർന്നതുമാണ്. അന്യജീവനുതകി സ്വജീവിതം ധന്യമാക്കണമെന്നാ ണ് ബസവണ്ണ ഉപദേശിച്ചത്. നവോത്ഥാന നായകൻ ശ്രീനാരായണഗുരു പറഞ്ഞതും ഇതുതന്നെ:

അവനവനാത്മ സുഖത്തിനാ-
യാചരിക്കുന്നവ
അപരന്നു സുഖത്തിനായ് വരേണം.

മാനവകുലത്തെ അടിമുടി ശുദ്ധീകരിക്കാൻ വചനങ്ങൾക്ക് കഴിയും. വചനങ്ങളിൽ കാണുന്ന മറ്റൊരു സവിശേഷത പഴഞ്ചൊല്ലുകളും കടങ കഥകളുമാണ്. സർവ്വജ്ഞന്റെ വചനങ്ങളിലാണ് കടങ്കഥകളുള്ളത്. വചന കാരരെല്ലാം തന്നെ പഴഞ്ചൊല്ലുകൾ ആശ്രയിച്ചവരാണ്. ചില ഉദാഹര ണങ്ങൾ നോക്കുക:

1. സ്ഥാവരങ്ങൾ നശിക്കും
   ജംഗമങ്ങൾ നശിക്കില്ല.
2. നായയുടെ പാല്
   പഞ്ചാമൃതത്തിന് കൊള്ളില്ല
3. അന്നം കണ്ട കാക്ക
   കൂട്ടുകാരെ ക്രാവി വിളിക്കാതിരിക്കില്ല
4. അന്നന്നു സമ്പാദിച്ചത്
   അന്നന്ന് ചെലവിടണം.
5. കായകമാണ് കൈലാസം
6. പരസ്ത്രീയെ കാമിക്കരുത്.
7. കാരുണ്യമില്ലെങ്കിൽ
   മതം മതമാകില്ല.
8. ശിവശരണൻ കുലം ചോദിക്കരുത്.
9. ചാണകംകൊണ്ടുള്ള വിഗ്രഹത്തെ
   പൂവിട്ടുപൂജിച്ചാലും ചാണക ഗന്ധം മാറില്ല.
10. അസ്പൃശ്യൻ സ്വഭാവഗുണംകൊണ്ട്
    ബ്രഹ്മണനായിത്തീരും.
11. ആകാശത്ത് പട്ടം പറത്തുമ്പോൾ
    ചരട് താഴെയുള്ളവന്റെ കൈയിലാകും.
12. പുറ്റിലടിച്ചാൽ പാമ്പ് ചാവുമോ?
13. സദാചാരമേ സ്വർഗ്ഗം
    അനാചാരമേ നരകം.
14. ദേഹത്തിനുള്ളിലെ ആത്മാവ്
    ആണുമല്ല, പെണ്ണുമല്ല.
15. സമ്പത്തും സൗന്ദര്യവും സ്ഥിരമല്ല.
16. ദൈവം ഏകനാണ്
    പേരുകളാണെങ്കിൽ അനേകവും.
17. പടയാളി ഓടിപ്പോയാൽ
    അപമാനം സേനാനായകന്
18. ഭക്തന്റെ ദേഹം വാഴത്തടപോലെ
    പോളകളടർത്തിയാൽ ഉള്ളിൽ കാമ്പുണ്ടാകണം.
19. വാക്കും പ്രവൃത്തിയും തമ്മിൽ
    പൊരുത്തമുണ്ടാകണം.
20. ലോകജീവിതം കാറ്റിൽ കത്തിച്ചുവെച്ച ദീപംപോലെ

21 വേപ്പിനു പാലൊഴിച്ചാലും
കയ്പു മാറില്ല.

22 പൂച്ചയ്ക്ക് കൊമ്പു മുളയ്ക്കുമോ?
പാറപ്പുറത്ത് താമര വിടരുമോ?

കടങ്കഥകൾ

1 നെറ്റിയിലൂടെതിന്നും ചുറ്റും ചിതറും
എടുത്തുയർത്തിയാൽ രണ്ടാകും,
എന്താണെന്നു പറയൂ..
ഉത്തരം- ആട്ടുകല്ല്

2 ചരടുണ്ടാക്കിയതൊരാൾ, വലകെട്ടിയത് വേറൊരാൾ
പിടഞ്ഞുചത്തത് മറ്റൊരാൾ
ഉത്തരം- മീൻ-വല

3 കല്ലുവിടർന്ന് പൂവായി; എല്ലാവർക്കും വേണ്ടതായി
മല്ലികാർജ്ജുനന്റെ ശിഖരത്തിനു വിളക്കായി
ഉത്തരം- ചുണ്ണാമ്പ്

4 കാലുണ്ട് നടക്കില്ല, മൂലയ്ക്ക് കെട്ടിയിടും
ബാലകർക്ക് ഉപകരിക്കുമത്
ഉത്തരം -ബെഞ്ച്- മേശ

5 കത്തുമ്പോൾ ചുവപ്പ്, കെടുമ്പോൾ കറുപ്പ്
ഉത്തരം- തീ

6 ഭൂമിയിൽ പിറന്നത്, ആകാശത്ത് ഓടുന്നത്
തീപ്പൊരി ചിതറും
അറിഞ്ഞവർ ചൊല്ല്
ഉത്തരം- ശരം

7 കടിച്ചാൽ എരിയും, അത് തീയല്ല,
തീപ്പെട്ടിക്കൊള്ളിയല്ല
ഉത്തരം- പറങ്കി

8 നടു കറുപ്പ്, ചുറ്റും വെളുപ്പ്,
ഉടുക്കും വസ്ത്രമല്ല,
ഉള്ളിൽ ജലമുണ്ട്, കുളമല്ല
ഉത്തരം- കണ്ണ്

9 കാലില്ലാതെ നടക്കുന്നു,
തോളില്ലാതെ ചുമക്കുന്നു,
നാക്കില്ലാതെ പറയുന്നു
ഉത്തരം- നദി

10 അടിച്ചാൽ പാടും, ഓടി മരത്തിൽ കയറും
കൂട്ടിയാലും കുറച്ചാലും ശബ്ദിക്കില്ല
പറിച്ചിട്ടാലും വാടില്ല
ഉത്തരം- വീണ

6

വിവാദ പുരുഷൻ

പ്രൊഫ. എം എം കൽബുർഗി എന്ന ഗവേഷകൻ വിവാദങ്ങളുടെ തോഴനായിരുന്നു. യാഥാസ്ഥിതിക ചിന്താഗതിക്കാർക്കിടയിൽ എന്നും കൊടുങ്കാറ്റ് സൃഷ്ടിച്ചുകൊണ്ടാണ് അദ്ദേഹം പ്രതികരിച്ചത്. ജാതിവി വേചനം ഇല്ലാതാവണമെങ്കിൽ വിഭിന്നജാതിക്കാർ തമ്മിൽ വിവാഹത്തി ലേർപ്പെടണമെന്ന് കൽബുർഗി അഭിപ്രായപ്പെട്ടു. വർഗ്ഗീയതക്കെതിരെ യുള്ള പോരാളി എന്നാണദ്ദേഹത്തെ വിശേഷിപ്പിക്കുന്നത്. അനാചാര ങ്ങളോടും അന്ധവിശ്വാസങ്ങളോടും സദാ അദ്ദേഹം കലഹിച്ചു. അതു കൊണ്ടുതന്നെ ഹിന്ദുത്വഭീകരർ ഭീഷണി മുഴക്കിക്കൊണ്ട് അദ്ദേഹത്തിനു പിന്നാലെ കൂടി. മതവും ജാതിയും കച്ചവടമായിത്തീരുന്ന ലോകത്ത് സമ ത്വത്തിനുവേണ്ടിയുള്ള പോരാട്ടത്തിന് അന്ത്യമുണ്ടാകില്ലെന്നദ്ദേഹം പറ ഞ്ഞു. കാരുണ്യമില്ലാത്ത മതം കൊണ്ടെന്തു കാര്യം എന്നത് കൽബുർഗി യുടെയും ചോദ്യമാണ്. സർവ്വജീവജാലങ്ങളെയും സ്നേഹിക്കുന്ന ജീവി തദർശനം നമുക്കുണ്ടാകണമെന്നദ്ദേഹം നിർദ്ദേശിച്ചു.

മതവിശ്വാസത്തിന്റെ വേര് കാരുണ്യത്തിലാണ്. വേദേതിഹാസ ങ്ങളും പുരാണങ്ങളും കല്പിക്കുന്ന നിയോഗമനുസരിച്ചല്ല മനുഷ്യൻ ജീവിക്കേണ്ടത്. അവയിലെല്ലാം പ്രകടമാകുന്ന പ്രകൃതി സ്നേഹവും മനുഷ്യസ്നേഹവുമുണ്ട്. ജന്മംകൊണ്ട് ആരെയും വിലയിരുത്തരുത്.

ബുദ്ധിജീവികളും കലാകാരന്മാരും ആരുടെ പക്ഷത്ത് നിലയുറപ്പി ക്കണമെന്നത് എന്നത്തെയും ചോദ്യമാണ്. പൊതു വിഷയങ്ങളിൽ സ്വന്തം നിലപാട് വ്യക്തമാക്കുന്നത് ബുദ്ധിജീവികളുടെ ഉത്തരവാദിത്വമാണ്. സമ ഗ്രവചനങ്ങളുടെ 15 വോല്യങ്ങൾ അദ്ദേഹം പുറത്തിറക്കിയതിലൂടെ സാഹി ത്യത്തിലെ നിലപാടുതറ വ്യക്തമാക്കുകയായിരുന്നു. വചനങ്ങൾ അദ്ദേ ഹത്തെ സംബന്ധിച്ചിടത്തോളം ചെറുത്തുനില്പിനുള്ള ആയുധം തന്നെ

യായിരുന്നു. അദ്ദേഹം വിവാദം സൃഷ്ടിച്ചതും ഈ രംഗത്തു തന്നെ. കര്‍ണ്ണാടകത്തില്‍ വീരശൈവരെന്നും ലിംഗായെത്തുന്നുമുള്ള മതവിഭാ ഗങ്ങളുണ്ട്. കല്‍ബുര്‍ഗിയുടെ അഭിപ്രായത്തില്‍ ഇതു രണ്ടും ഒരേ വിഭാ ഗക്കാരാണ്. മൂലരൂപത്തില്‍ ലിംഗായത്തുവിഭാഗത്തിനാണ് അടിത്തറയു ള്ളത്. ലിംഗായത്തുകാര്‍ 'കായക'ത്തിനു- അദ്ധ്വാനത്തിന് പ്രാമുഖ്യം കല്പിക്കുന്നവരാണ്. ലിംഗപൂജയല്ലാതെ അവര്‍ക്ക് വേറെ ഈശ്വര പൂജ യില്ല. പരിശുദ്ധ മനസ്സോടെ അദ്ധ്വാനിക്കലാണ് ദൈവാരാധന. ക്ഷേത്രം വേറൊന്നില്ല. ഭക്തരുടെ വീടുമാത്രം. മഠവും വേറെയില്ല. എന്നാല്‍ കര്‍ണ്ണാടകത്തിലെ മഠാധിപധികള്‍ ആര്‍ഭാടം കൊണ്ടാടുന്നവരാണ്. ബസ വണ്ണന്റെ ചിത്രം തന്നെ നോക്കൂ. കിരീടം വെച്ച് കഴുത്തില്‍ മാലകള്‍ അണിഞ്ഞ് കസവു വസ്ത്രം ധരിച്ച രൂപത്തിലാണ് പ്രചരിക്കുന്നത്. ചിത്രത്തിലുള്ള ഈ മാറ്റം ബോധപൂര്‍വ്വം നിര്‍വ്വഹിച്ചതാണെന്ന് കല്‍ബുര്‍ഗി പറഞ്ഞു. സാധാരണക്കാരുടെ ആരാധ്യപുരുഷന് കിരീടം എന്തിന്? കായക ദാസോഹത്തിന്റെ മഹത്വം ബോദ്ധ്യപ്പെടുത്തിയ ബസ വണ്ണ ലളിത ജീവിതം നയിക്കാന്‍ ആഹ്വാനംചെയ്ത ആചാര്യനാണ്. വീരശൈവ മഠാധിപതികളാണ് ഈ രൂപമാറ്റത്തിനു പിന്നിലുള്ളതെന്ന് കല്‍ബുര്‍ഗി സംശയിക്കുന്നു. അസ്പൃശ്യ ജാതിയില്‍പ്പെട്ടവര്‍ ക്ഷേത്ര ത്തില്‍ കയറുന്നതുപോകട്ടെ, ക്ഷേത്രത്തിനു സമീപം ചെല്ലുന്നതുപോലും അസഹിഷ്ണുത ഉളവാക്കിയിരുന്ന ഒരു കാലത്താണ് ബസവണ്ണ അതി ജീവനത്തിന്റെ തത്ത്വചിന്തയുമായി രംഗത്തെത്തിയത്. പുണ്യകഥകേട്ട് പരിശുദ്ധനാകാന്‍ കീഴാളര്‍ക്ക് അവകാശമില്ലെന്ന മാമൂല്‍ വാദത്തെയും ബസവണ്ണ ചോദ്യം ചെയ്തു. അങ്ങനെയുള്ള സന്ന്യാസിശ്രേഷ്ഠന്‍ സ്വര്‍ണ്ണകിരീടം ധരിക്കുമെന്ന് സങ്കല്പിക്കാന്‍ പോലുമാവില്ല. താന്‍ ഉന്നത കുലത്തില്‍ ജനിച്ചവനാണെന്ന് ബസവണ്ണ ഒരിക്കലും ഭാവിച്ചിട്ടില്ല.

എന്റെ മനസ്സുരുക്കി മാലിന്യം കളയൂ
അഗ്നിയില്‍ സ്ഫുടംചെയ്ത് ശുദ്ധീകരിക്കൂ
ചുറ്റികകൊണ്ടടിച്ച് പരുവപ്പെടുത്തൂ
ഹൃദയ സ്വര്‍ണ്ണംകൊണ്ട്
ഞങ്ങളുടെ ഭക്തരുടെ പാദങ്ങളിലെ
നൂപുരമാക്കിത്തീര്‍ക്കുക

ഭക്തിയുടെയും പരിശുദ്ധിയുടെയും അനിവാര്യ സങ്കല്പങ്ങളെപ്പറ്റി വാതോരാതെ പാടിക്കൊണ്ടിരുന്ന ബസവണ്ണനെ മഠാധിപതികള്‍ക്ക് തിരി ച്ചറിയാന്‍ കഴിഞ്ഞിട്ടില്ലെന്ന് കല്‍ബുര്‍ഗി പറയുന്നു. കര്‍ണ്ണാടകത്തിലെ വീരശൈവ മഠങ്ങളിലെ ആര്‍ഭാട ജീവിതത്തെ കല്‍ബുര്‍ഗി നിശിതമായി വിമര്‍ശിച്ചു. സുഹൃത്തുക്കള്‍ക്കിടയില്‍ ഇക്കാര്യം അദ്ദേഹം ചര്‍ച്ച ചെയ്തി രുന്നു. ജനകീയ ചിന്തകളുടെ ആചാര്യന് ജനസാമാന്യത്തില്‍നിന്നും വേറിട്ട ഒരസ്തിത്വം ഉണ്ടാകില്ലെന്നും കല്‍ബുര്‍ഗി പറഞ്ഞു. സമ്പന്നത ഹൃദയത്തിലാണതുണ്ടാവേണ്ടത്. പ്രഭാതത്തില്‍ ഉണര്‍ന്ന് കണ്ണുതിരുമ്മി സ്വന്തം ഉദരത്തെയും നന്മകളെയും ഭാര്യാ മക്കളെയും കുറിച്ചുമാത്രം

ചിന്തിക്കുന്ന സ്വാര്‍ത്ഥമതികളെ ബസവണ്ണ അംഗീകരിച്ചിരുന്നില്ലെന്നും അദ്ദേഹം സൂചിപ്പിച്ചു.

കല്‍ബുര്‍ഗിയുടേത് പാരമ്പര്യത്തെ മുറിച്ചുകടക്കുന്ന സമീപനമാ യിരുന്നു. തന്റെ പുരോഗമനചിന്തയും യുക്തിബോധവുംകൊണ്ട് അദ്ദേഹം ആക്രമിച്ചത് വിശ്വാസങ്ങളിലെ അന്ധതയെയാണ്. ലോകത്തെ മുന്നോട്ടു നയിക്കാന്‍ പാടുപെട്ട മനുഷ്യസ്നേഹിയാണ് ബസവണ്ണ. അദ്ദേ ഹത്തിന്റെ പേരിലുള്ള മഠങ്ങള്‍ മതാസ്ഥതയെ നിലനിര്‍ത്താന്‍ യത്നി ക്കുന്നു. ബസവണ്ണന്റെ അമൃത വചനങ്ങളെ മഠാധിപതികള്‍ ദുര്‍വ്യാ ഖ്യാനം ചെയ്യുകയാണെന്നു അദ്ദേഹം പറഞ്ഞു. ആര്‍ഷജ്ഞാനത്തിന്റെ അഭിമാനസാന്നിദ്ധ്യമായ ബസവണ്ണന്റെ വചനങ്ങള്‍ ആധുനികജീവിത ത്തില്‍ പകര്‍ത്താനുള്ള ശ്രമമാണുണ്ടാവേണ്ടത്. ആശ്രമം പരിത്യാഗ ത്തിന്റെ പാഠങ്ങളുള്‍ക്കൊള്ളുന്നതാണ്. ലിംഗായത്തുകാര്‍ ബസവവച നങ്ങള്‍ക്കനുസരിച്ച് ജീവിക്കണം. ബസവണ്ണന്റെ ഉപദേശം സ്വീകരിക്ക ണം. ഉയര്‍ന്നവനും താഴ്ന്നവനുമില്ലാത്ത സമാനസമൂഹസങ്കല്‍പമാണാ ഉപദേശത്തിന്റെ കാതല്‍. ശരണരെ സേവിക്കലാണ് ലിംഗായത്ത് സമു ദായത്തിന്റെ കടമ.

സല്‍കൃത്യം തന്നെ ലിംഗം
ആ കൃത്യത്തിന്നറിവ് ജംഗമം
അംഗം തന്നെ ലിംഗം
അതിന്‍ ചൈതന്യം ജംഗമം
ജംഗമസേവയേ ലിംഗസേവ

എന്ന് ചെന്ന ബസവണ്ണയുടെ ഒരു വചനം പറയുന്നുണ്ട്. പ്രവൃത്തി കളിലെ ദൈവികഭാവമാണ് പ്രധാനം. ഭക്തി ഒരിക്കലും ആര്‍ഭാടം നിറ ഞ്ഞതാകരുത്.

കല്‍ബുര്‍ഗിയുടെ 200 ഗവേഷണപ്രബന്ധങ്ങളുടെ സമാഹാരം 1988 ല്‍ പുറത്തിറങ്ങി. അദ്ദേഹത്തിന്റെ അമ്പതാം പിറന്നാളാഘോഷത്തിന്റെ ഭാഗ മായാണ് ആ സമാഹൃതിയുടെ പ്രകാശനം. ആ വര്‍ഷം തന്നെയാണ് കല്‍ബുര്‍ഗി ആദ്യത്തെ വിവാദം സൃഷ്ടിച്ചത്. ബസവണ്ണയുടെ സഹോ ദരി അക്കനാഗമ്മയുടെ മകനാണ് ചെന്നബസവ. പിതാവ് ശിവസ്വാമി യാണെന്ന് ചരിത്രത്തില്‍ പറയുന്നുണ്ട്. എന്നാല്‍ കല്‍ബുര്‍ഗി ഈ വിഷ യത്തില്‍ സമഗ്രമായ അന്വേഷണം നടത്തി. ചെന്നബസവന്റെ പൈതൃ കത്തിലുള്ള സംശയമാണ് ഗവേഷണത്തിന്റെ അടിസ്ഥാനം. ഈ വെളി പ്പെടുത്തല്‍ പുറത്തുവന്നതോടെ ലിംഗായത്തുസമൂഹം ഇളകിമറിഞ്ഞു. കല്‍ബുര്‍ഗിക്കെതിരെ ഭീഷണിയുയര്‍ന്നു. നാനാകോണുകളില്‍ നിന്നും പ്രതിഷേധമുയര്‍ന്നു. ജീവനുതന്നെ ഭീഷണി നേരിട്ട ഭീതിദമായ അന്ത രീക്ഷത്തില്‍ കല്‍ബുര്‍ഗിക്ക് മാപ്പ് പറയേണ്ടിവന്നു. നാനാമഠങ്ങളിലുള്ള വര്‍ സമ്മേളിച്ച് കല്‍ബുര്‍ഗിക്കെതിരെ നീങ്ങിയപ്പോഴാണ് അദ്ദേഹത്തിന് വഴങ്ങേണ്ടിവന്നത്. പക്ഷേ, സത്യാന്വേഷണപാതയില്‍നിന്നും അദ്ദേഹം

പിൻവാങ്ങിയില്ല. കൂടുതൽ ഊർജ്ജസ്വലതയോടെ അദ്ദേഹം ഗവേഷ
ണത്തിൽ മുഴുകി.

വചനസാഹിത്യത്തിൽ ചെന്ന ബസവണ്ണയ്ക്ക് മഹനീയമായ സ്ഥാന
മുണ്ട്. അദ്ദേഹത്തിന്റേതായി 1763 വചനങ്ങൾ കൽബുർഗി കണ്ടെടുത്തി
ട്ടുണ്ട്. ശരണതത്ത്വങ്ങളാണ് അവയിലെല്ലാം പ്രതിപാദിക്കുന്നത്.

ശരീരത്തിന്റെ ആഗ്രഹം തീർക്കാൻ

മാംസവും കഞ്ചാവും ഉപയോഗിക്കുന്നവൻ

കണ്ണിന്റെ ആഗ്രഹം സാധിക്കാൻ

അന്യസ്ത്രീകളെ നോക്കുന്നവൻ

അങ്ങനെയുള്ളവർ ലിംഗം ധരിച്ചിട്ടെന്തു ഫലം?

ശിവശരണരുടെ ശാസ്ത്രമായ ബസവശാസ്ത്രം മനുഷ്യസമൂഹ
ത്തിന്റെ മോചനശാസ്ത്രമാണെന്ന് കൽബുർഗി ചൂണ്ടിക്കാട്ടുന്നു.
പന്ത്രണ്ടാം നൂറ്റാണ്ടിൽ ബിജ്ജലന്റെ രാജ്യത്താണ് ബസവവിപ്ലവം തുട
ങ്ങിയത്. ആധുനികകാലത്തും അതിന് പ്രസക്തിയുണ്ട്.

കൽബുർഗി ഏറ്റവും വലിയ വിവാദത്തിൽ പെട്ടത് 2014 ന്റെ ആദ്യ
ത്തിലാണ്. ഒരു പ്രസംഗമധ്യേ അദ്ദേഹം യു ആർ അനന്തമൂർത്തിയുടെ
കുട്ടിക്കാലത്തെക്കുറിച്ചു പരാമർശിച്ചു. "ബെത്തലെ പൂജെ ഏകെ"- നഗ്ന
പൂജ എന്തിന്? എന്നപേരിൽ അനന്തമൂർത്തിയുടെ ഒരു ലേഖനമുണ്ട്.
ആധിപത്യത്തിനെതിരെ പേനകൊണ്ട് പൊരുതിയ എഴുത്തുകാരനാണ്
അനന്തമൂർത്തി. ജനങ്ങളെ ബാധിക്കുന്ന സംഭവവികാസങ്ങളോട് പ്രതി
കരിക്കാതെ എഴുത്തുകാർ ഒഴിഞ്ഞുമാറരുതെന്ന അനന്തമൂർത്തിയുടെ
ചിന്തകൾ കൽബുർഗി ചൂണ്ടിക്കാട്ടിക്കൊണ്ടാണ് പ്രസംഗിച്ചത്. പൊതു
സംവാദങ്ങളിൽനിന്നും ചർച്ചകളിൽനിന്നും അനന്തമൂർത്തി ഒരിക്കലും
മാറിനിന്നിരുന്നില്ല. ആ എഴുത്തുകാരൻ അന്ധവിശ്വാസങ്ങളെയും അനാ
ചാരങ്ങളെയും എന്നും എതിർത്തുപോന്നിരുന്നു. വിഗ്രഹപൂജ സംബ
ന്ധിച്ച അദ്ദേഹത്തിന്റെ കാഴ്ചപ്പാട് രൂപപ്പെടുത്തിയത് ബസവ വചനങ്ങ
ളാണ്. ലിംഗമല്ലാതെ മറ്റൊന്നിനെയും ആരാധിക്കരുതെന്ന ഉപദേശമാ
ണ് ബസവണ്ണ നല്കിയത്. വിഗ്രഹാരാധനയ്ക്ക് അതിൽ സ്ഥാനമില്ല.
വിഗ്രഹപൂജ അനാവശ്യമാണെന്ന അനന്തമൂർത്തിയുടെ വാക്കുകൾ
കൽബുർഗി ഉദ്ധരിച്ചു.

കൽബുർഗി വിഗ്രഹാരാധനയെ തീർത്തും എതിർത്തിരുന്നു. അതു
കൊണ്ടുതന്നെ അനന്തമൂർത്തിയുടെ പരാമർശം വളരെ ശക്തമായി
ത്തന്നെ അദ്ദേഹം അവതരിപ്പിച്ചു. എന്നാൽ കൽബുർഗി വിഗ്രഹാരാധ
നയെ വിമർശിച്ചെന്ന് വാർത്ത പരന്നു. ഹിന്ദു വർഗ്ഗീയവാദികൾ അദ്ദേഹ
ത്തിന്റെ വീട് ആക്രമിച്ചു. പ്രതിഷേധ പ്രകടനങ്ങൾ നടത്തി. അദ്ദേഹ
ത്തിന്റെ കോലം കത്തിച്ചു. ശിവമൊഗ ജില്ലയിലെ ചന്ദ്രഗുഡി ക്ഷേത്ര
ത്തിൽ നടന്നു വന്നിരുന്ന നഗ്നപൂജ ഒരു ഘട്ടത്തിൽ സർക്കാർ നിരോധി
ക്കുകയുണ്ടായി. എന്നാൽ പില്ക്കാലത്ത് ആ നിരോധം നീക്കം ചെയ്തു.
കൽബുർഗി ഈ സമ്പ്രദായത്തെയും എതിർത്തു. വർഗ്ഗീയവാദികൾ

ഒന്നാകെ ഇളകി മറിഞ്ഞു. കൽബുർഗിയെ അറസ്റ്റുചെയ്യണമെന്ന് മുറ വിളി കൂട്ടി. പ്രാണൻ അപകടം നേരിടുന്ന നില വന്നപ്പോൾ കൽബുർഗി പൊലീസിനെ സമീപിച്ചു. രണ്ട് പൊലീസുകാരെ അദ്ദേഹത്തിന്റെ വീടിന് കാവൽ നിർത്തി. ഭീഷണി കത്തുകളും ഫോൺകോളുകളും നിരന്തരം ലഭിച്ചുകൊണ്ടിരുന്നെങ്കിലും ആ മതേതര ചിന്തകൻ സത്യം വിളിച്ചു പറഞ്ഞു കൊണ്ടിരുന്നു. ഈ കോലാഹലങ്ങൾക്കിടയിലാണ് വചനസാ ഹിത്യം ഇന്ത്യയിലെ 22 ഭാഷകളിൽ പരിഭാഷപ്പെടുത്താനുള്ള ചുമതല അദ്ദേഹം ഏറ്റെടുത്തത്. ഇതിനുവേണ്ടി വിവിധ സംസ്ഥാനങ്ങളിൽ യാത്ര ചെയ്തു. അവിടങ്ങളിലെ യൂണിവേഴ്സിറ്റികളിൽ ഇതു സംബന്ധമായ അന്വേഷണങ്ങൾ നടത്തി. വർഗ്ഗീയവാദികളുടെ ഭീഷണിയെ ബൗദ്ധി കവ്യാപാരംകൊണ്ട് മറികടക്കുവാൻ അദ്ദേഹം ശ്രമം നടത്തിക്കൊണ്ടി രുന്നു.

ആരുടെയും സാന്ത്വനം അദ്ദേഹം ആഗ്രഹിച്ചില്ല. സാന്ത്വനം വ്യക്തിയെ ആശ്വസിപ്പിക്കുന്നതാണെങ്കിലും ദുർബ്ബലനാക്കിത്തീർക്കും. അതുകൊണ്ട് വരുന്നതിനെയൊക്കെ നേരിടുക, അനുഭവിക്കുക, എന്ന തത്ത്വമാണ് കൽബുർഗി സ്വീകരിച്ചത്. ഫ്യൂഡൽപാരമ്പര്യത്തിന്റെ സ്തുതിപ്പാട്ടുകാരനാകാൻ അദ്ദേഹത്തിനു കഴിയില്ലായിരുന്നു. സദാ വിവാദം സൃഷ്ടിച്ചുകൊണ്ടിരുന്ന കൽബുർഗിയോട് വീട്ടിൽ സി സി ടി വി ക്യാമറ സ്ഥാപിക്കണമെന്ന് സുഹൃത്തുക്കൾ ആവശ്യപ്പെട്ടിരുന്നു. ഈ നിർദ്ദേശം സ്നേഹപൂർവ്വം തള്ളിക്കളഞ്ഞുകൊണ്ട് അദ്ദേഹം പറഞ്ഞു. "ഈ നാട്ടിൽ ബസവണ്ണനെയും ഗാന്ധിജിയെയും ജീവിക്കാൻ അനുവ ദിച്ചില്ല. മരണത്തിൽനിന്നു രക്ഷപ്പെടാൻ ആ മഹാന്മാർക്കും കഴിഞ്ഞില്ല. പിന്നല്ലേ ഈ കൽബുർഗി.....!"

എഴുത്തുകാർക്കെല്ലാം ഭിന്നാനുഭവങ്ങളാണുണ്ടാവുക. അതിൽ നിന്ന് ഭിന്നമായ സാഹിത്യവും ഉടലെടുക്കുന്നു. നിരന്തരം എഴുതണമെന്ന് കൽബുർഗി ഉപദേശിക്കും. എന്നാൽ എഴുത്തുകൾ വേറിട്ടുനില്ക്കുന്നവ രാകണം. എഴുത്തുകാരനുവേണ്ട മറ്റൊരു സിദ്ധി ഭാഷയാണ്. സുഹൃ ത്തുകളുടെ സൃഷ്ടികളിലെ ഭാഷാകാര്യങ്ങൾ അദ്ദേഹം വിലയിരുത്തു മായിരുന്നു. കന്നഡഭാഷ ലളിതവും സുന്ദരവും ആകർഷകവുമാകണ മെന്ന് അദ്ദേഹം ഉപദേശിക്കും. പ്രൗഢമായ പദങ്ങൾകൊണ്ടല്ല ഭാഷയെ അണിയിച്ചൊരുക്കേണ്ടത്. ഭരണഭാഷയ്ക്കും സാഹിത്യഭാഷയ്ക്കും വ്യത്യാസമുണ്ടെന്നുള്ള കാര്യവും മറക്കരുത്.

ഒരു വശത്ത് വിവാദങ്ങൾ ആളിപ്പടരുന്നു. മറുഭാഗത്ത് രചനകളും കണ്ടെത്തലുകളും മുടക്കമില്ലാതെ നീങ്ങുന്നു. കൽബുർഗിയുടെ അവ സാനനാളുകൾ ഈ രീതിയിലാണ് മുന്നോട്ട് പൊയ്ക്കൊണ്ടിരുന്നത്. സത്യം പറഞ്ഞവരെ ക്രൂശിച്ചാലും അവർ കണ്ടെത്തിയ സത്യം തെളി ഞ്ഞുനില്ക്കുക തന്നെ ചെയ്യും. കൽബുർഗിയുമായി ഇടപെടുന വർക്കെല്ലാം പുതിയ പുതിയ കാഴ്ചപ്പാടുകൾ ലഭിക്കുമായിരുന്നു. എന്തെ ങ്കിലും പുതിയത് ചെയ്യണം. മൂടിക്കിടന്ന സത്യം പുറത്തുകൊണ്ടുവരണം.

എഴുത്തെന്നാൽ പേനയും കടലാസും കൊണ്ടുള്ള പ്രവൃത്തിയല്ല. സമൂ
ഹത്തെ ത്വരിതപ്പെടുത്തുന്ന ബോധപൂർവ്വമുള്ള ഇടപെടലാണ്.

ധാർവാഡിലെ എഴുത്തുകാരൻ 'വെങ്കിടേഷ് മാച്ചകന്നൂർ'
കൽബുർഗിയുടെ വീട്ടിൽ ഇടയ്ക്കിടെ പോകുന്ന വ്യക്തിയാണ്. കൊല്ല
പ്പെടുന്നതിനും ഏതാനും ദിവസം മുമ്പ് വെങ്കിടേഷ് കാണാൻചെന്നിരു
ന്നു. ആ അനുഭവം അദ്ദേഹം രേഖപ്പെടുത്തുന്നു: "കൽബുർഗി സാർ
വളരെ പരാജിതനായി എനിക്കനുഭവപ്പെട്ടു. മുമ്പ് കണ്ടപ്പോഴും നിരാശാ
മനോഭാവത്തിലായിരുന്നു. മാസങ്ങൾക്കു മുമ്പ് വിഗ്രഹ പൂജയെക്കുറിച്ച്
അദ്ദേഹം നടത്തിയ പ്രഭാഷണം കേസിൽ ചെന്നെത്തിയിരുന്നു. പാരമ്പ
ര്യവാദികളുടെ വിമർശനങ്ങൾ അദ്ദേഹത്തെ തെല്ല് അസ്വസ്ഥമാക്കിയി
രുന്നതുപോലെ തോന്നി. എന്നാൽ അദ്ദേഹത്തിന്റെ നിരാശ വർഗ്ഗീയവാ
ദികളുടെ ആക്രമണത്തിൽനിന്നല്ല ഉണ്ടായത്. സാഹിത്യലോകം
കൽബുർഗിയുടെ പിന്നിൽ അണിനിരന്നില്ലല്ലോ എന്ന ചിന്തയിൽ
നിന്നാണ്. സമൂഹം അദ്ദേഹം പറഞ്ഞത് ഉൾക്കൊള്ളുന്നില്ലല്ലോ എന്ന
വിചാരത്തിൽ നിന്നാണ്. വാനപ്രസ്ഥാശ്രമത്തെക്കുറിച്ചും സന്ന്യാസ ആശ്ര
മത്തെക്കുറിച്ചും അദ്ദേഹം സംസാരിക്കുകയും ചെയ്തു. ഞാനദ്ദേഹത്തെ
സമാധാനിപ്പിച്ചു. വേണ്ടത്ര അങ്ങ് പ്രവർത്തിച്ചില്ലേ? ഇനിയുള്ളത് മറ്റു
ള്ളവർ ചെയ്തുകൊള്ളും തന്റെ ദിവസങ്ങൾ എണ്ണപ്പെട്ടുകഴിഞ്ഞെന്ന്
അദ്ദേഹം ചിന്തിച്ചിരുന്നോ എന്തോ"

കൽബുർഗിയുടെ മൂന്നാമത്തെ വിവാദം ഹിന്ദു ധർമ്മവുമായി ബന്ധ
പ്പെട്ട പ്രസംഗമാണ്. ഹിന്ദുവെന്നത് ഒരു മതമായി അദ്ദേഹം കരുതിയി
ല്ല. *ഭഗവദ്ഗീത*യെ മതഗ്രന്ഥമായും കണക്കാക്കിയില്ല. ക്രിസ്ത്യൻ മത
വിശ്വാസികൾക്ക് *ബൈബിൾ* ഉണ്ട്. ഇസ്ലാം മതത്തിന് *ഖുറാൻ* ഉണ്ട്.
ജൈന-ബൗദ്ധ മതങ്ങൾക്കും ഇതുപോലെ ഗ്രന്ഥങ്ങളുണ്ട്. എന്നാൽ
ഹിന്ദുമതത്തിന് ഏതാണ് അടിസ്ഥാന ഗ്രന്ഥം? കൽബുർഗിയുടെ ഈ
ചോദ്യങ്ങൾ കൂടുതൽ കോലാഹലങ്ങൾക്കിടയാക്കി. "വചന സാഹിത്യ
മാണ് എന്റെ മത ഗന്ഥം"- അദ്ദേഹം പറഞ്ഞു. അപേക്ഷകൾ പൂരിപ്പി
ക്കുമ്പോൾ ജാതിയുടെ കോളത്തിൽ ഹിന്ദു എന്ന് രേഖപ്പെടുത്തുന്നത്
തെറ്റാണെന്ന് അദ്ദേഹം രേഖപ്പെടുത്തി.

മറച്ചുകെട്ടില്ലാതെയാണ് കൽബുർഗി സംസാരിച്ചത്. മൂഢവിശ്വാസ
ങ്ങൾ കുടഞ്ഞുകളയണമെന്ന് അദ്ദേഹം ആഹ്വാനം ചെയ്തു. അദ്ദേഹം
സംസാരിച്ചതെല്ലാം സാക്ഷ്യങ്ങളുടെ അടിസ്ഥാനത്തിലാണ്.
സ്വതന്ത്രചിന്തകളിലൂടെ അദ്ദേഹം സമൂഹത്തെ ഉഴുതുമറിക്കാൻ ശ്രമി
ച്ചു. കൽബുർഗിയെന്നാൽ അദ്ധ്വാനത്തിന്റെ പരിപൂർണ്ണതയായിരുന്നു.
സത്യത്തിന്റെ പിന്നിലുള്ള സ്ഥിരചിത്തതയായിരുന്നു. ബസവണ്ണനെ
പ്പോലെ സമൂഹത്തെ പുതുക്കിപ്പണിയാനാണ് കൽബുർഗിയും ശ്രമിച്ച
ത്. കാരുണ്യമില്ലാത്ത മതംകൊണ്ട് എന്തു കാര്യം? എന്നാണ്
ആവർത്തിച്ചു ചോദിക്കാറുള്ളത്.

7

ഗ്രാമത്തിലെ ബുദ്ധിമാൻ

കൽബുർഗിയുടെ മരണവാർത്തയറിഞ്ഞ് ഗ്രാമീണർ അദ്ദേഹ ത്തിന്റെ ജന്മനാട്ടിലുള്ള വീട്ടിൽ ഒത്തുകൂടി. അവരിൽ കൽബുർഗിയുടെ സഹപാഠികളുണ്ടായിരുന്നു. കൽബുർഗി കുടുംബവുമായി ബന്ധമുള്ള വരുണ്ടായിരുന്നു. അദ്ദേഹം പ്രാഥമിക വിദ്യാഭ്യാസം നടത്തിയ വിദ്യാല യത്തിലെ അദ്ധ്യാപകരും കുട്ടികളുമുണ്ടായിരുന്നു. എല്ലാവരും അന്തം വിടുകയാണ്. "നമ്മ ഊര ജാണപ്പ ഇന്നില്ല" എന്ന് കരഞ്ഞുകൊണ്ടവർ പറഞ്ഞു. ഞങ്ങളുടെ നാട്ടിലെ ബുദ്ധിമാൻ ഇനിയില്ല. ഗ്രാമവാസി കൾക്കെല്ലാം അദ്ദേഹം പണ്ഡിതനായിരുന്നു. കൽബുർഗിയുടെ വളർച്ച യിൽ അവർ അതിരറ്റു സന്തോഷിച്ചു. നാടിന്റെ അഭിമാനമായി ഉയർന്നു നില്ക്കുന്ന ഒരു ബുദ്ധിമാനെ ആരോ കൊലപ്പെടുത്തിയെന്ന് വിശ്വസി ക്കാൻ ആ നിഷ്കളങ്ക ഗ്രാമീണർക്ക് കഴിഞ്ഞില്ല.

ബിജാപ്പൂർ ജില്ലയിലെ സിന്ദഗി താലൂക്കിൽ ഗുബ്ബേവാഡ ഗ്രാമത്തി ലാണ് കൽബുർഗി ജനിച്ചത്. 1938 നവംബർ 28 ന്. മാതാവ് ഗുരമ്മ. പിതാവ് മധിവാളപ്പ. ദമ്പതിമാരുടെ ആറുമക്കളിൽ മൂത്തവനാണ് കഥാ പുരുഷൻ. കർഷകനായിരുന്ന പിതാവ് ശരണസംസ്കാരവുമായി ബന്ധപ്പെട്ട് കഴിയുന്ന വ്യക്തിയായിരുന്നു. അതുകൊണ്ട് കുട്ടിക്കാലം തൊട്ടേ ബസവചിന്ത കൽബുർഗിയിലുണ്ടായിരുന്നു. ആരോടും അസ്പൃ ശ്യത കല്പിക്കാത്ത കുടുംബമായിരുന്നു അത്. ഏതെങ്കിലും കാര്യത്തിൽ നിരന്തരം മുഴുകിയിരിക്കുന്നതും പിതാവിന്റെ സ്വഭാവമായിരുന്നു.

ഉണ്ണുന്നതും ഉടുക്കുന്നതും ശിവാചാരം
കൊടുക്കുന്നതും വാങ്ങുന്നതും കുലാചാരം
സ്ഫടികത്തിനുള്ളിൽ കറയന്വേഷിക്കാതെ
മധുരത്തിനുള്ളിൽ കയ്പന്വേഷിക്കാതെ

തന്നോട് കോപിക്കാതെ
അന്യരെ പഴിക്കാതെ...

ജീവിച്ച വ്യക്തിയായിരുന്നു മഡിവാളപ്പ. പിതാവിന്റെ നാടായ 'യാറ ഗല്ല്' ഗ്രാമത്തിലാണ് കൽബുർഗി കുട്ടിക്കാലം ചെലവഴിച്ചത്. അവിടത്തെ എലിമെന്ററി സ്കൂളിൽ പഠനം തുടങ്ങി. മഡിവാളപ്പയുടേത് കൂട്ടുകുടുംബമായിരുന്നു. അതുകൊണ്ടുതന്നെ സ്കൂൾകുട്ടിയായ മല്ലപ്പയ്ക്ക് വീട്ടു ജോലികളിലും ഏർപ്പെടേണ്ടിവന്നു. സ്കൂളെന്നു പറഞ്ഞാൽ മരത്ത ണലോ കോവിലോ അത്തരം സ്ഥലമോ ആയിരുന്നു. ഒന്നിച്ചിരുന്നുള്ള പഠനം. കൽബുർഗി മനസ്സിരുത്തി പഠിച്ചു. ക്ലാസിലെ മിടുക്കനായ കുട്ടി യായി. പിതാവിന്റെ വിനയവും സമത്വചിന്തയും മല്ലപ്പയിലും പ്രകടമാ യി. കൽബുർഗിയുടെ സഹപാഠിയായിരുന്ന ചന്നബസപ്പ ഓർമ്മിക്കുന്ന തുനോക്കുക.

മല്ലപ്പ നാട്ടുകാർക്കെല്ലാം പ്രിയപ്പെട്ടവനായിരുന്നു. അദ്ദേഹത്തിന്റെ നാട്ടിലെ പ്രധാനകൃഷിക്കാരനായിരുന്നു. ക്ലാസിൽ മിടുക്കനായി രുന്നു. അദ്ധ്യാപകരുടെ ചോദ്യങ്ങൾക്ക് കൃത്യമായുത്തരം പറയാൻ കൽബുർഗിക്കേ കഴിയുമായിരുന്നുള്ളൂ. ഭാവിയിൽ മല്ലപ്പ നാടിന്റെ പേര് പ്രശസ്തിയിലേക്കുയർത്തുമെന്ന് അദ്ധ്യാപകർ പറയുമായി രുന്നു. ആ വാക്കുകൾ സഫലമായിത്തീർന്നു....

കൽബുർഗി ഏഴാംതരം പഠിച്ചത് സ്വന്തം ഗ്രാമമായ ഗുബ്ബേ വാഡയിലാണ്. സ്കൂളിലെ ഏറ്റവും സമർത്ഥനായ വിദ്യാർത്ഥിയായിരു ന്നു. കാർഷികാന്തരീക്ഷത്തിൽ വളർന്ന കൽബുർഗിക്ക് നാടൻകലകളോട് അതീവതാല്പര്യമായിരുന്നു. വയൽപ്പണിയെടുക്കുന്നവരുടെ പാട്ട് കേൾക്കാൻ അദ്ദേഹം പാടവക്കത്ത് ചെല്ലുമായിരുന്നു. പണിക്കാരോട് അടുത്തിടപഴകി കൃഷികാര്യങ്ങളും മറ്റും അന്വേഷിച്ചറിഞ്ഞിരുന്നു. ചോദ്യ ങ്ങൾ ചോദിക്കുന്ന സ്വഭാവം കുട്ടിക്കാലത്തേയുള്ളതാണ്.

താലൂക്കാസ്ഥാനമായ 'സിന്ദഗി' യിലേ അന്ന് ഹൈസ്കൂളുണ്ടായി രുന്നുള്ളൂ. അവിടെ താമസത്തിന് ഒരു മുറിയെടുത്ത് പഠനം തുടങ്ങി. ഓരോ ദിവസവും ബസിൽ വീട്ടിൽനിന്ന് ഭക്ഷണം കൊടുത്തുവിടുമായി രുന്നു. ഹൈസ്കൂൾക്ലാസിൽ പഠിക്കവേ കൽബുർഗിയിലെ ഗവേഷകൻ പ്രത്യക്ഷമായിത്തുടങ്ങിയിരുന്നു. പലപ്പോഴും കൽബുർഗിയുടെ ചോദ്യ ങ്ങൾ അദ്ധ്യാപകരെ കുഴക്കി. ഓരോ വിഷയത്തിന്റെയും മൂലരൂപം കണ്ടെത്താനുള്ള താല്പര്യം അദ്ദേഹം പ്രകടിപ്പിച്ചു. 1956 ൽ ഒന്നാം ക്ലാസോടെ എസ് എസ് എൽ സി പാസായി. താലൂക്കാസ്ഥാനമായതു കൊണ്ടുതന്നെ പഠിക്കാൻ സമ്പന്നരുടെ മക്കളുണ്ടായിരുന്നു. നഗരപരി ഷ്കാരത്തിൽത്തന്നെ വളർന്നുപഠിച്ച ഈ ഗ്രാമീണബാലൻ ഒന്നാമനായി തുഴഞ്ഞെത്താൻ നന്നേ പാടുപെടേണ്ടിവന്നു. തുടർന്ന് ബിജാപ്പൂർ ആർട്സ് കോളേജിൽ ചേർന്നു. 1960 ൽ കന്നഡ ബി എ പരീക്ഷയിൽ ഒന്നാംറാങ്കോടെ വിജയം. അവിടെത്തന്നെ കന്നഡ എം എയ്ക്ക് ചേർന്നു.

മെരിറ്റ് സ്കോളർഷിപ്പ് വാങ്ങിക്കൊണ്ടാണ് ബിരുദാനന്തരബിരുദം പൂർത്തി യാക്കിയത്. അക്കാലത്ത് കർണ്ണാടക യൂണിവേഴ്സിറ്റി സമഗ്രവചന വാങ്മയശേഖരവും പ്രസിദ്ധീകരണവും സംബന്ധിച്ച ഒരു പ്രൊജക്ട് ഏർപ്പെടുത്തിയിരുന്നു. എം എ പാസായ കൽബുർഗി അഞ്ചുമാസക്കാലം ആ പ്രൊജക്ടിന്റെ ചുമതല വഹിച്ചു. ഇതിന്റെ ഭാഗമായി താളിയോല കളും കൈയെഴുത്തുപ്രതികളും വിശദമായി പഠിക്കാനവസരം കിട്ടി. ഇത ദ്ദേഹത്തിന്റെ ഭാവിഗവേഷണപ്രവർത്തനങ്ങൾക്ക് വളരെ സഹായകമായി.

1967 ൽ കോളേജദ്ധ്യാപകനായി കൽബുർഗിയുടെ ഔദ്യോഗികജീ വിതം തുടങ്ങി. വിദ്യാർത്ഥികൾക്കെല്ലാം പ്രിയപ്പെട്ട അദ്ധ്യാപകനായി രുന്നു കൽബുർഗി. "കവിരാജമാർഗ്ഗ പരിസരദ കന്നഡസാഹിത്യ.." എന്ന വിഷയത്തെ ആസ്പദമാക്കിയെഴുതിയ ഗവേഷണപ്രബന്ധത്തിൽ 1968 ൽ പി എച്ച് ഡി കരസ്ഥമാക്കി. കന്നഡസാഹിത്യത്തിന്റെ ആദ്യകാല ത്തെക്കുറിച്ചുള്ള അനേകം വസ്തുതകൾ വെളിപ്പെടുത്തുന്നതായിരുന്നു ആ പ്രബന്ധം.

ഗ്രാമീണാന്തരീക്ഷത്തിൽ പഠിച്ചുവളർന്ന് ഹംപി യൂണിവേഴ്സിറ്റി വൈസ്ചാൻസലർ സ്ഥാനംവരെ വളർന്നെത്തിയ കൽബുർഗിയുടെ ജീവി തകഥ ആരേയും ആവേശംകൊള്ളിക്കുന്നതാണ്. അദ്ദേഹത്തിന്റെ പ്രതിഭ അറിവിന്റെ നാനാവഴികളിലൂടെ പ്രവഹിക്കുകയായിരുന്നു. കന്നഡഭാഷാ വിദ്യാർത്ഥികളിലെല്ലാം നൂതനചിന്തകൾ ഉല്പാദിപ്പിക്കുന്നതായിരുന്നു അദ്ദേഹത്തിന്റെ പ്രതികരണങ്ങൾ. കൽബുർഗിയുടെ അന്വേഷണങ്ങ ളെല്ലാം തന്നെ അടിസ്ഥാനതത്ത്വങ്ങളിലൂന്നിയുള്ളതായിരുന്നു. രാവും പകലും അദ്ദേഹം അറിവന്വേഷിച്ച് അലഞ്ഞുനടന്നു. നീണ്ട മുപ്പത്താറു വർഷക്കാലം അദ്ധ്യാപന – ഗവേഷണരംഗത്ത് പ്രവർത്തിച്ചിട്ടും അദ്ദേഹം തൃപ്തനായിട്ടില്ല. മാത്രമല്ല തെളിവില്ലാതെ ഒരു കാര്യവും ബോദ്ധ്യപ്പെ ടുത്താനും തുനിഞ്ഞില്ല. കോളേജദ്ധ്യാപകരെല്ലാം അഞ്ചുമണിയോടെ ക്യാമ്പസ് വിട്ടാലും കൽബുർഗി ഡിപ്പാർട്ട്മെന്റിൽ അമർന്നിരിക്കും. മുന്നിലെ മേശപ്പുറത്ത് പുസ്തകങ്ങൾ തുറന്നുവെച്ചിട്ടുണ്ടാവും. തന്റെ ചിന്താഗതിയിലുദിച്ച ശങ്കയ്ക്ക് പരിഹാരമുണ്ടാകുന്നതുവരെ ഈ നില തുടരുമായിരുന്നു. അറിവ് കണ്ടെത്താനുള്ള ശ്രമത്തിൽ വിശപ്പും ദാഹവും വിസ്മരിക്കും. താളിയോലകളും ശിലാഫലകങ്ങളും വട്ടെഴുത്തുകളും മറ്റും വായിച്ചും വിശദീകരിച്ചും കൽബുർഗിയെന്ന പണ്ഡിതനിൽ ജ്ഞാനം നിറഞ്ഞുകവിയുകയായിരുന്നു. അതെല്ലാം വിദ്യാർത്ഥികൾക്ക് ആവോളം നുകരാനായി.

ആദർശധീരനായ അദ്ധ്യാപകൻ എന്നാണ് വിദ്യാർത്ഥികൾ അദ്ദേ ഹത്തെ വിശേഷിപ്പിച്ചത്. പറയുന്നതെല്ലാം അദ്ദേഹം ജീവിതത്തിലും പ്രാവർത്തികമാക്കി. അന്ധവിശ്വാസങ്ങളും അനാചാരങ്ങളും ഉപേക്ഷിച്ച് ജീവിതത്തിന്റെ യാഥാർത്ഥ്യം തിരിച്ചറിയണമെന്ന അദ്ദേഹത്തിന്റെ ഉപ ദേശം വിദ്യാർത്ഥികളെ ചിന്തിപ്പിക്കുന്നതായിരുന്നു. ക്ലാസെടുക്കുമ്പോൾ പീരിയഡ് കഴിയുന്ന ബെല്ലടിച്ചാലും കൽബുർഗി ക്ലാസവസാനിപ്പിക്കു

മായിരുന്നില്ല. അതേപോലെ ബെല്ലടിക്കുന്നതിനു മുമ്പേതന്നെ അദ്ദേഹം ക്ലാസിൽ ചെന്നിരിക്കും. വിദ്യാർത്ഥികൾ എത്തിത്തുടങ്ങുന്നതേയുണ്ടാ വൂ. കൽബുർഗി അവരുമായി കുശലപ്രശ്നം നടത്തും. ഓരോ വിദ്യാർത്ഥി യുമായും വ്യക്തിപരമായ ബന്ധം സ്ഥാപിക്കാൻ കഴിഞ്ഞ അദ്ധ്യാപക നായിരുന്നു കൽബുർഗി. വിദ്യാർത്ഥികൾക്ക് എപ്പോഴും സംശയം ഉന്ന യിക്കാവുന്നതായിരുന്നു. ഉത്തരം പറയാൻ പുസ്തകങ്ങൾ റെഫർ ചെയ്യേണ്ട ആവശ്യം കൽബുർഗിക്കില്ലായിരുന്നു. അദ്ദേഹം തികഞ്ഞ വിജ്ഞാനകോശമായിരുന്നു. സത്യസന്ധവും പരിശുദ്ധവുമായിരുന്നു ആ പാണ്ഡിത്യം.

കൽബുർഗി നന്നായി കവിതകൾ ആലപിക്കുമായിരുന്നു. ഒരു കവി താസമാഹാരം തന്നെ അദ്ദേഹത്തിന്റേതായുണ്ട്. പ്രാചീനകവിതകളി ലാണ് ഏറെയും ആസക്തി. ആലാപനം കൊണ്ടുതന്നെ അർത്ഥസംവേ ദനം സാധിക്കുമായിരുന്നു. കൽബുർഗി കോളേജിൽ ചേർന്ന് രണ്ടുമൂന്നു ദിവസം കഴിഞ്ഞപ്പോൾ കന്നഡ ഡിപ്പാർട്ട്മെന്റിൽ ഒരു പ്രശ്നമുയർന്നു. 'കന്നഡ ശബ്ദമണി ദർപ്പണം' ആരാണ് പഠിപ്പിക്കുക? ഭാഷാശാസ്ത്ര ത്തിലെ കനപ്പെട്ട ഗ്രന്ഥമായിരുന്നു അത്. കൽബുർഗി പറഞ്ഞു: "ഞാൻ പഠിപ്പിക്കാം." പഠിപ്പിച്ചുതുടങ്ങിയപ്പോഴാണ് ഗ്രന്ഥത്തിലെ ചില പിശകു കൾ കൽബുർഗിയുടെ ശ്രദ്ധയിൽപ്പെട്ടത്. ഇതു സംബന്ധിച്ച് അദ്ദേഹം ഒരു ലേഖനമെഴുതി പ്രസിദ്ധപ്പെടുത്തി. യുവാവായ കൽബുർഗിയുടെ ഈ സാഹസവൃത്തി സഹാദ്ധ്യാപകരെ അമ്പരപ്പിക്കുന്നതായിരുന്നു. പാര മ്പര്യത്തെ അപ്പടി വിഴുങ്ങുന്നതായിരുന്നില്ല ആ പ്രതിഭ. യുക്തിപൂർവ്വം അത് പരിശോധിച്ച് ശാസ്ത്രദൃഷ്ടിയിലൂടെ പുനരാവിഷ്കാരം ചെയ്തു. തന്റെ സംശയനിവാരണത്തിന് വിദ്യാർത്ഥികളുടെ അഭിപ്രായം ആരാ യാനും അദ്ദേഹം മടിച്ചില്ല.

അപാരമായ ശിഷ്യസമ്പത്ത് കൽബുർഗിക്കുണ്ട്. ശിഷ്യഗണ ങ്ങൾക്കെല്ലാം ഗുരുവെന്നത് ശരി. എന്നാൽ പിതൃതുല്യമായിരുന്നു ഇട പെടൽ. അദ്ദേഹത്തിന്റെ ക്ലാസിലിരുന്നവർ ധാർവാഡ് പരിസരത്ത് വന്നാൽ കൽബുർഗിയുടെ വീട് സന്ദർശിക്കാതെ പോകില്ല. വിദ്യാർത്ഥി കൾക്ക് എന്നും അവിടെ വരാമായിരുന്നു. ആ തരത്തിലാണ് ഘാതകരും വന്നെത്തിയത്. അവർ പറഞ്ഞതും... അങ്ങയുടെ വിദ്യാർത്ഥികൾ...എ ന്നാണ്. കണ്ടുമുട്ടുന്നവരോടെല്ലാം ചോദിക്കുക – "ഇപ്പോഴെന്ത് ഗവേ ഷണം നടത്തുന്നു" എന്നാണ്. തുടർന്നദ്ദേഹം പറയും.... "സമയം. അത് വളരെ വിലപ്പെട്ടതാണ്. ഒട്ടും വെറുതെ കളയരുത്..."

കതിർ വിളഞ്ഞു, പാടം കൊയ്യാറായി
കൊയ്തുകൂട്ടി മെതിച്ചിട്ടു
ചേറിപ്പാറ്റി അളന്നു... പറ നിറഞ്ഞു.

ഒരു വചനത്തിൽ പറയുന്ന ഈ ആശയം കൽബുർഗിയുടെ ജീവി തത്തിനും ചേരും. അറിവിന്റെ പറ നിറയ്ക്കുവാൻ അദ്ദേഹം നാടാകെ നടന്ന് കൊയ്ത് ചേറിപ്പാറ്റുകയായിരുന്നു. പറ നിറഞ്ഞ ധാന്യം യാതൊരു

ലോഭവും കാട്ടാതെ വന്നവർക്കെല്ലാം വാരിക്കൊടുത്തു. കൽബുർഗിയെ ശർക്കരയോട് ചില സുഹൃത്തുക്കൾ ഉപമിച്ചിട്ടുണ്ട്. ശർക്കരയുടെ ഏത് ഭാഗം തൊട്ടാലും മാധുര്യമുണ്ടാകും. തൊടുന്നവർക്കെല്ലാം മധുരം തരുന്നതാണ് ശർക്കര. കൽബുർഗിയെ തൊട്ടവർക്കെല്ലാം അറിവിന്റെയും തെളിമയുടെയും മാധുര്യം ലഭിക്കുമായിരുന്നു. അദ്ദേഹത്തിന്റെ വീട്ടിൽ ചെല്ലുന്നതും സംസാരിക്കുന്നതും സാഹിത്യാനുഭവമാണ്. ഡോ. സിദ്ധൻഗൗഡ പാട്ടീൽ ഒരനുഭവം വിവരിക്കുന്നു. –"ഞാനും ഏതാനും സുഹൃത്തുക്കളും ഒരു ദിവസം കൽബുർഗിയെ കാണാൻ ചെന്നു. പുതു തായിറങ്ങിയ പുസ്തകത്തിന്റെ പേരിൽ അഭിനന്ദിക്കാനാണ് ഞങ്ങൾ പോയത്. അദ്ദേഹം മൊബൈലിൽ സംസാരിക്കുകയായിരുന്നു. ഞങ്ങൾ എതിർവശത്തു ഇരിപ്പുണ്ടായിരുന്നു. ഫോൺ ചെയ്തുകഴിഞ്ഞ് ഞങ്ങ ളുടെ നേർക്ക് തിരിഞ്ഞപാടെ മറ്റൊരു ഫോൺ വന്നു. അതവസാനിപ്പിച്ച പ്പോൾ വേറൊന്ന്. കഷ്ടിച്ച് പത്തുമിനിറ്റോളം കടന്നുപോയി. സംസാരം അവസാനിച്ച ഉടൻ ഞാൻ പറഞ്ഞു. "സർ, ഞാൻ വെളിയിൽപ്പോയി ഫോൺ ചെയ്യാം." ആ ഫലിതം അദ്ദേഹത്തിനു നന്നെ പിടിച്ചു. അദ്ദേഹം പൊട്ടിപ്പൊട്ടിച്ചിരിച്ചു. കൽബുർഗി ഇങ്ങനെ ചിരിക്കുന്നത് ഞങ്ങൾ കണ്ടി ട്ടില്ല. ചിരിയോടൊപ്പം സോഫയിൽ കുത്തിക്കൊണ്ട് പറഞ്ഞു. "മുട്ടാളൻ..., നീയെന്നുവെച്ചാൽ എനിക്ക് വളരെ വാത്സല്യം. ഒരമ്മയ്ക്ക് പണിയെടു ക്കുന്ന മക്കളേക്കാൾ സ്നേഹം മുട്ടാളന്മാരായ മക്കളോടായിരിക്കും..." ശിഷ്യഗണങ്ങളെ സുഹൃത്തായിക്കരുതുന്ന ഗുരുവിന്റെ വിശാലമനസ്സ്. വിരമിക്കാത്ത ഗുരുശ്രേഷ്ഠൻ. കൊല്ലപ്പെടുന്നതിന് രണ്ടുമാസം മുമ്പ് ഞങ്ങളൊന്നിച്ച് ഒരു പരിപാടിയിൽ സംബന്ധിച്ചിരുന്നു. വചനകാരന്മാർ എന്തുകൊണ്ട് രാഷ്ട്രീയം ചർച്ചചെയ്തില്ല എന്നു ഞാൻ ചോദിച്ചു. "വീട്ടിൽ വാ, ഇതേപ്പറ്റി വിശദമായി സംസാരിക്കാം." എന്നദ്ദേഹം പറ ഞ്ഞു. പക്ഷേ, സംസാരത്തിനായി വീട്ടിൽ ചെല്ലാൻ കഴിഞ്ഞില്ല. വെള്ള ത്തുണിയിൽ പുതച്ചുകിടത്തിയത് കാണേണ്ടിവന്നു, വീട്ടിൽച്ചെന്നപ്പോൾ.

ധാർവാഡിൽ കൊലപാതകത്തെ അപലപിച്ചുകൊണ്ട് പ്രതിഷേധ പ്രകടനം നടന്നു. പരിപാടി അവസാനിച്ചശേഷം എഴുത്തുകാരും സാംസ്കാരികപ്രവർത്തകരും കൂടിനില്ക്കുകയായിരുന്നു. കൽബുർഗി വധത്തിനെതിരെ ജനതയെ അണിനിരത്തി പോരാടുന്നതിനുവേണ്ടി ഒരു വേദി രൂപീകരിക്കണമെന്ന് ആലോചനയുണ്ടായി. വേദിക്ക് എന്ത് പേരിടും എന്നായി ചർച്ച. ആ സമയം സാധാരണക്കാരനായ ഒരു ഹോട്ടലുകാ രൻ മുന്നോട്ടുവന്നു പറഞ്ഞു. "സർ, ഞാൻ സാഹിത്യകാരനല്ല. കൽബുർ ഗിയുടെ ആരാധകനാണ്. ഞങ്ങളെപ്പോലുള്ളവർക്കും പങ്കാളിത്തമുണ്ടാ കുന്ന ഒരു വേദി രൂപീകരിച്ചാലും".

കൽബുർഗി ദന്തഗോപുരത്തിൽ കഴിഞ്ഞ ഗവേഷകനായിരുന്നില്ല. സാമാന്യജനതയുടെ കൂടെ കഴിയുകയും അവരുടെ ജീവിതാഭിലാഷ

ങ്ങൾ പൂവണിയാൻ ശ്രദ്ധിക്കുകയും ചെയ്ത എഴുത്തുകാരനാണ്. സ്ഥിതി സമത്വമായിരുന്നു അദ്ദേഹം ആഗ്രഹിച്ചത്.

കൽബുർഗി ആദ്യമായി ആക്രമിക്കപ്പെട്ടത് 1988 ലാണ്. അന്ധവിശ്വാസത്തിനെതിരെ അദ്ദേഹം നടത്തിയ പ്രസ്താവനയാണ് കാരണമായത്. *മാർഗ്ഗ* എന്ന തന്റെ കൃതിയിൽ പ്രസാദം കൊണ്ടോ പായസസേവ കൊണ്ടോ മക്കളുണ്ടാവില്ലെന്ന് കൽബുർഗി വിവരിച്ചു. ചെന്നബസവണ്ണയുടെ പിറവിയുമായി ബന്ധപ്പെട്ടാണ് ഈ പ്രസ്താവന നടത്തിയത്. 12-ാം നൂറ്റാണ്ടിലെ ശ്രേഷ്ഠവചനകാരനാണ് ചെന്നബസവണ്ണ. ചെന്ന ബസവണ്ണന്റെ കുലമേതെന്നതിനേക്കാൾ അദ്ദേഹത്തിന്റെ വചനങ്ങളിലെ സാരസ്യമെന്ത് എന്നാണ് ഇന്ന് പ്രസക്തമായിട്ടുള്ളത്. ചെന്നബസവ ണ്ണന്റെ ജന്മത്തിനു പിന്നിൽ ഏതെങ്കിലും പുരുഷനില്ലാതിരിക്കില്ലല്ലോ ? ആ പുരുഷനെക്കുറിച്ചുള്ള പ്രസ്താവമാണ് കോലാഹലം സൃഷ്ടിച്ചത്. കൽബുർഗിയുടെ കണ്ടെത്തൽ സ്വീകരിക്കുകയോ തള്ളിക്കളയുകയോ ചെയ്യാം. എന്നാൽ നിങ്ങളിങ്ങനെ പറയരുത്. ഞങ്ങൾക്കനുകൂലമായി പറയണം. ഞങ്ങൾ പറയുന്നതേ പറയാവൂ. ഞങ്ങൾ നിർദ്ദേശിക്കുന്നതേ എഴുതാവൂ എന്നുള്ളത് ഫാസിസമാണ്. പ്രസാദംകൊണ്ട് മക്കളുണ്ടാകി ല്ലെന്ന കൽബുർഗിയുടെ കണ്ടെത്തൽ വിവാദം സൃഷ്ടിച്ചെന്നതല്ലാതെ, അതിന്റെ സാധൂകരണം നടത്താൻ ആർക്കും ഇന്നേവരെ കഴിഞ്ഞിട്ടില്ല.

പത്രമാധ്യമങ്ങളിൽ അന്ധവിശ്വാസങ്ങൾ നിറഞ്ഞ പരസ്യങ്ങൾ ഏറെയാണെന്ന് നമുക്കറിയാം. ആശീർവ്വാദംകൊണ്ടും മന്ത്രം ജപിച്ചും ദിവ്യതീർത്ഥം കഴിച്ചും സന്താനഭാഗ്യം ആശീർവ്വദിക്കുന്ന ആൾദൈവ ങ്ങൾ അനേകമുള്ള നാടാണിത്. ഇവർക്ക് ഒത്താശ ചെയ്യാൻ വിവിധ സംഘടനകളും നിലകൊള്ളുന്നുവെന്നതാണ് വർത്തമാനകാലത്തിന്റെ പ്രത്യേകത.

8

ഹംപിയിലെ നാടോടി

മഹത്തായ കാവ്യം ചമച്ചവരെ നമ്മൾ മഹാകവിയെന്നു പറയു ന്നു. മഹത്തായ ഗവേഷണം നടത്തിയവരെ നാമെങ്ങനെ അടയാളപ്പെ ടുത്തും? മഹാഗവേഷകനെന്നോ? സമഗ്രഗവേഷകനെന്നോ? വിശേഷണ മെന്തായാലും ചേരുന്നത് കൽബുർഗിക്കു തന്നെ. സമഗ്രഗവേഷകന്റെ ഗുണലക്ഷണങ്ങൾ കൽബുർഗിയിൽ കണ്ടെത്താനാവും. Research എന്ന പദത്തിനു പകരമായി ഇന്ത്യൻഭാഷകളിൽ ഉപയോഗിച്ചുവരുന്ന പദമാണ് ഗവേഷണം. അന്വേഷണം, സംശോധനം എന്നിവ. രണ്ടുതരം ഗവേഷ ണമുണ്ടെന്ന് കൽബുർഗി പറയുന്നു. ഒന്ന് ഉണ്ടായിരുന്നതും നശിച്ചുപോ യതുമായ കാര്യങ്ങൾ കണ്ടെത്തുന്നത്. രണ്ടാമത്തേത്, ഇല്ലാത്തതും അന്വേഷിച്ച് കണ്ടുപിടിക്കേണ്ടതുമായ കാര്യങ്ങൾ. കൽബുർഗി discovery, invention എന്നീ പദങ്ങൾ കൊണ്ടതിനെ വ്യവഹരിക്കുന്നു. ഇംഗ്ലണ്ട്, കേംബ്രിഡ്ജ്, ഓക്സ്ഫോർഡ് യൂണിവേഴ്സിറ്റികളിലെല്ലാം സന്ദർശനം നടത്തിയ കൽബുർഗി അവിടങ്ങളിലെ കന്നഡ കൈയെഴുത്തുപ്രതികളും താളിയോലഗ്രന്ഥങ്ങളും സമാഹരിക്കുകയുണ്ടായി.

ഗവേഷണചതുരനായ കൽബുർഗി ഹംപി കന്നഡ യൂണിവേഴ്സിറ്റി വൈസ്ചാൻസലറാകുന്നത് 1998 ലാണ്. 1991 ൽ സ്ഥാപിതമായ പ്രസ്തുത യൂണിവേഴ്സിറ്റി നാടൻകലകൾക്കും നാടോടിസംസ്കാരങ്ങൾക്കും പ്രാമുഖ്യം നല്കുന്ന സ്ഥാപനമാണ്. അവിടത്തെ മേധാവിയായതോടെ അദ്ദേഹത്തിന്റെ പഠന-ഗവേഷണങ്ങൾ പുതിയ ഘട്ടം പ്രാപിക്കുന്നു. ജ്ഞാനപീഠജേതാവ് ഡോ. ചന്ദ്രശേഖര കമ്പാർ വൈസ്ചാൻസലറായ തിനുശേഷമാണ് കൽബുർഗി ആ സ്ഥാനമേറ്റെടുത്ത്. കമ്പാറുടെ കാലത്ത് നിർമ്മിച്ച ചോമന്റെ പ്രതിരൂപം യൂണിവേഴ്സിറ്റിക്യാമ്പസിന്

കരുത്തു പകരുന്നു. കാവ്യാത്മകഭാവം പകർന്നുകൊണ്ട് പമ്പമാതാ
വിന്റെ രൂപവും ആഹാര്യശോഭ പകരുന്നു.

രണ്ടുതവണ ഞാൻ ഹംപി യൂണിവേഴ്സിറ്റിയിൽ പോവുകയുണ്ടാ
യി. കന്നഡ-മലയാളം ശിൽപശാലയിൽ സംബന്ധിക്കാനാണ് ആദ്യം
ചെന്നത്. കേരളത്തിലെയും കർണ്ണാടകത്തിലെയും കവികൾ പങ്കെടുത്ത
ശിൽപശാലയിൽ ഞാനും കാസർഗോഡെ കെ വി കുമാരൻ മാസ്റ്ററും
കുന്ദാപുരത്തെ പാർവ്വതി ജി ഐതാളും മീഡിയേറ്ററായാണ് പങ്കെടു
ത്തത്. കൽബുർഗിയെക്കുറിച്ച് കൂടുതലറിഞ്ഞത് അപ്പോഴാണ്. അവി
ടത്തെ കന്നഡവിഭാഗം തലവൻ കാസർഗോഡുകാരനായ മോവിൻ
കുണ്ടാറായിരുന്നു ശിൽപശാലാ ഡയറക്ടർ. കൽബുർഗിയുടെ കാലത്തെ
പ്പറ്റി അദ്ദേഹം ഏറെ സംസാരിച്ചു.

കൽബുർഗിയുടെ കാലം ഗവേഷണരംഗത്തെ ഉണർവ്വിന്റെ കാല
മായിരുന്നു. ഇത്രയേറെ ഗവേഷണരംഗം പുഷ്ടിപ്പെട്ട കാലം യൂണിവേ
ഴ്സിറ്റിയുടെ ചരിത്രത്തിലുണ്ടായിട്ടില്ല. യൂണിവേഴ്സിറ്റിയിലെ പ്രൊഫ
സർമാർക്കെല്ലാം അദ്ദേഹം നിർദ്ദേശം കൊടുത്തു. 'ഓരോയാളും ഒരു
വർഷത്തിനകം ഓരോ ഗവേഷണഗ്രന്ഥം പുറത്തിറക്കണം. സ്വന്തമായ
നിലയിൽ ഓരോ സെമിനാർ സംഘടിപ്പിക്കണം. എല്ലാം സ്വന്തം നില
യിൽ ചെയ്തുതീർക്കണം. കന്നഡയൂണിവേഴ്സിറ്റിയാകെ ഉണരുകയാ
യിരുന്നു. താൻ ചെയ്യുക മാത്രമല്ല, മറ്റുള്ളവരെക്കൊണ്ട് ചെയ്യിക്കുകയും
വേണമെന്നത് കൽബുർഗിയുടെ നിർബ്ബന്ധമായിരുന്നു. ഗവേഷണത്തെ
മിത്തുകൾ സ്വാധീനിക്കരുതെന്നും കൽബുർഗി ചൂണ്ടിക്കാട്ടുന്നു. പഴയത്
ആവർത്തിക്കലല്ല പുതിയത് കണ്ടെത്തലാണ് ഗവേഷണം. പമ്പഭാര
ത്തിൽ കർണ്ണന്റെ മരണസന്ദർഭം വിവരിക്കുന്ന ഭാഗം കൽബുർഗി
പുതിയ പരിപ്രേക്ഷ്യത്തിൽ വ്യാഖ്യാനിക്കുന്നുണ്ട്: കർണ്ണന്റെ തേജോ
രൂപം പിതാവായ സൂര്യന്റെ സമീപത്തേക്ക് പോയി എന്ന് മഹാകവി
പമ്പ വർണ്ണിക്കുന്നു എന്ന മട്ടിലാണ് നിരൂപകർ അർത്ഥം കൽപിച്ചിരി
ക്കുന്നത്. കൽബുർഗി അതിനെ ചോദ്യം ചെയ്യുന്നു. കുരുക്ഷേത്രത്തിൽ
കർണ്ണനെപ്പോലെ അനേകം വീരന്മാർ മരിച്ചുവീണിട്ടുണ്ട്. ഓരോരുത്ത
രുടെയും തേജോരൂപം അവരവരുടെ പിതാവിന്റെ സമീപത്തേക്ക് പോകു
ന്നില്ല? കർണ്ണൻ മാത്രം എങ്ങനെ പോയി? പ്രാചീന ഭാരതീയർ വിശ്വസി
ച്ച മൂല്യങ്ങളുടെ പശ്ചാത്തലത്തിൽ ഈ സന്ദർഭത്തെ വ്യാഖ്യാനിക്കണം.
യുദ്ധത്തിൽ വീരന്മാർ മരിച്ചുവീണാൽ സ്വർഗ്ഗത്തിൽ പോകുമെന്നാണ്
വിശ്വാസം. സ്വർഗ്ഗത്തിൽ പോകണമെങ്കിൽ സൂര്യമണ്ഡലം ഛേദിച്ച്
കടന്നു പോകേണ്ടിവരുമെന്നും വിശ്വസിച്ചിരുന്നു. ആ നിലയിൽ കർണ്ണന്റെ
തേജോരൂപം പിതാവിന്റെ സമീപത്തേക്ക് പോയി എന്ന് വ്യാഖ്യാനിക്ക
രുത്. സ്വർഗ്ഗത്തിലേക്ക് പോയി എന്നു പറഞ്ഞാൽ മതി.

കൽബുർഗി മറ്റാരും കാണാത്ത് കണ്ടെത്തുന്നു. മറ്റാരും വ്യാഖ്യാ
നിക്കാത്ത തരത്തിൽ അപഗ്രഥിക്കുന്നു. ഇത്രയൊക്കെ പ്രതിഭാവിലാസ
മുണ്ടായിട്ടും അദ്ദേഹം വ്യക്തിശുദ്ധി സൂക്ഷിച്ചു. വചനങ്ങളിൽ പറയു

നതുപോലെ വിനയം കലർന്നു പെരുമാറി. വൈസ് ചാൻസലർ പദവി ആഡ്യത്വം കാട്ടാനുള്ളതല്ലെന്നു തെളിയിച്ചു. ആർക്കും എപ്പോഴും വൈസ് ചാൻസലറുടെ മുറിയിൽ കയറി ചെല്ലാം. ഏതുകാര്യവും ചർച്ചചെയ്യാം. മൂന്നുവർഷക്കാലം അദ്ദേഹത്തിന്റെ കാർ ഡ്രൈവറായിരുന്ന രത്നാകരൻ ഓർമ്മിക്കുന്നു:

കൽബുർഗി സാർ ഞങ്ങൾക്ക് വളരെ പ്രിയപ്പെട്ടവനായിരുന്നു. അടുത്ത സുഹൃത്തിനെപ്പോലെയാണ് എന്നോട് പെരുമാറിയിരു ന്നത്. യാത്രകളിൽ ഹോട്ടലിൽ കയറിയാൽ അടുത്തിരുന്ന് ഭക്ഷണം കഴിപ്പിക്കുമായിരുന്നു. നാട്ടുകാര്യവും വീട്ടുകാര്യവും ആ വേളയിൽ സംസാരിക്കും. ഞാൻ കാറിനടുത്തുതന്നെ മാറിനില്പാ ണെങ്കിൽ അദ്ദേഹം ഫോൺ ചെയ്യും. കൃത്യനിഷ്ഠത പുലർത്തുന്ന കാര്യത്തിൽ അദ്ദേഹത്തിനുള്ള ശ്രദ്ധയും എടുത്തുപറയത്തക്ക താണ്. പരിപാടികൾക്ക് അല്പം മുമ്പേതന്നെ എത്തിച്ചേരും. ഒരു തവണ യാത്ര പുറപ്പെടാൻ വൈകി. പരിപാടി നടക്കുന്നിടത്തെത്തി ഫ്രെഷ് ആകാൻ സമയമില്ലായിരുന്നു. കൽബുർഗി വഴിയിൽ ആളൊ ഴിഞ്ഞിടത്ത് കാർ നിർത്തി. കുപ്പി വെള്ളം കൊണ്ട് മുഖം കഴുകി. കാറിന്റെ മറവിൽ നിന്നുകൊണ്ടുതന്നെ ഡ്രസ് മാറി. പ്രോഗ്രാം നടത്തുന്നവർ കൽബുർഗിക്കുവേണ്ടി എത്രനേരം വേണമെങ്കിലും കാത്തിരിക്കുമായിരുന്നു. സാറിനത് ഇഷ്ടമല്ലായിരുന്നു.

2001 മാർച്ച് അഞ്ചിനാണ് കൽബുർഗി വൈസ് ചാൻസലർ സ്ഥാന ത്തു നിന്നും വിരമിച്ചത്. അന്ന് വൈകുന്നേരം യൂണിവേഴ്സിറ്റി ഹാളിൽ യാത്രയയപ്പു സമ്മേളനം നടന്നു. കൽബുർഗിയുടെ പ്രസംഗം അത്യന്തം ഹൃദയസ്പൃക്കായിരുന്നെന്ന് മോഹൻ കുണ്ടാർ പറഞ്ഞു. യോഗം കഴിഞ്ഞ് കൽബുർഗി വേദിയിൽനിന്ന് ഇറങ്ങി. കാർ ഡ്രൈവർ പതിവു പോലെ കാറിന്റെ ഡോർ തുറന്നു പിടിച്ചു. ആ കാറിൽ കൽബുർഗിക്ക് ധാർവാഡിലെ വീട്ടിലേക്ക് യാത്രയാകാമായിരുന്നു. അദ്ദേഹം ചിരിച്ചു പറഞ്ഞു:"വേണ്ട, ഇപ്പോൾ മുതൽ ഞാൻ വൈസ് ചാൻസലറല്ല. അതു കൊണ്ട് യൂണിവേഴ്സിറ്റി വാഹനം വേണ്ട." പ്യൂൺ ചെന്ന് അദ്ദേഹ ത്തിന്റെ ബ്രീഫ്കെയ്സ് എടുക്കാൻ തുനിഞ്ഞു. അദ്ദേഹം അനുവദിച്ചി ല്ല. ബ്രീഫ്കെയ്സ് തൂക്കിയെടുത്തുകൊണ്ടുതന്നെ അദ്ദേഹം ബസിന ടുത്തേക്ക് നടന്നു.

വൈസ് ചാൻസലർക്ക് വീട്ടലവൻസായി മാസത്തിൽ പതിനായിരം രൂപ കിട്ടുമായിരുന്നു. അത് സ്വന്തം ആവശ്യങ്ങൾക്കായി ഉപയോഗിക്കാ മായിരുന്നു. എന്നാൽ കൽബുർഗി ആ തുക സ്വീകരിച്ചില്ല. പകരം ആ തുക യൂണിവേഴ്സിറ്റിയിലെ സ്ത്രീജീവനക്കാരുടെ വെൽഫയർ ഫണ്ടായി ബാങ്കിൽ നിക്ഷേപിച്ചു.

പൊന്നിൽനിന്ന് അല്പം
ചോരിൽനിന്ന് അല്പം
വസ്ത്രത്തിൽനിന്ന് അല്പം

അന്യര്‍ക്കായി നീക്കിവെക്കണമെന്ന് ബസവണ്ണ ഉപദേശിക്കുന്നുണ്ട്. കല്‍ബുര്‍ഗിയുടെ ജീവിതം വചന ദര്‍ശനങ്ങളിലൂടെ ഉരുകിത്തെളിയുക യായിരുന്നു.

കല്‍ബുര്‍ഗിക്കു ശേഷം ഹംപി കന്നഡ യൂണിവേഴ്സിറ്റി വൈസ് ചാന്‍സലറായി വന്ന ഡോ. ബി എ വിവേക് റായ് അനുസ്മരിക്കുന്നു:

കല്‍ബുര്‍ഗിയുമായി എനിക്ക് നാല്‍പത് വര്‍ഷത്തെ പരിചയമുണ്ട്. എന്തും അന്വേഷിച്ച് അറിയാനുള്ള അദ്ദേഹത്തിന്റെ ത്വര അസാ മാന്യമായിരുന്നു. വചനങ്ങള്‍ തുളു ഭാഷയിലേക്ക് പരിഭാഷപ്പെടു ത്തുന്നത് സംബന്ധിച്ച് ഒരു ശില്‍പശാല മംഗലാപുരത്ത് സംഘ ടിപ്പിച്ചിരുന്നു. കല്‍ബുര്‍ഗിയാണ് നേതൃത്വം നല്‍കിയത്. പുതുത ലമുറയ്ക്ക് അദ്ദേഹത്തില്‍നിന്ന് ഏറെ പഠിക്കാനുണ്ട്.

ബഹുമുഖ പ്രതിഭയാണദ്ദേഹം. ഭാഷയിലും ശൈലിയിലും വ്യതി രിക്തത പ്രദര്‍ശിപ്പിച്ചു. ഡൈഷണിക കരുത്ത് എന്നാണ് അദ്ദേഹത്തെ സുഹൃത്തുക്കള്‍ വിളിച്ചത്: "ഇന്നത്തെ കര്‍ണ്ണാടകത്തിന് ഭൂഗോളം ചെറു തായിട്ടാണ് തോന്നുന്നത്. എന്നാല്‍ ഇതിഹാസം വലുതായിട്ടും. മഹാ രാഷ്ട്രയ്ക്കാണെങ്കില്‍ ഭൂഗോളമാണ് വലുത്. ഇതിഹാസമാകട്ടെ ചെറുതും." വചനം പോലെ വ്യാഖ്യാനിക്കേണ്ട കല്‍ബുര്‍ഗിയുടെ അഭി പ്രായമാണിത്. ഇതിഹാസമനുസരിച്ചല്ല, ലോകഗതിയനുസരിച്ച് മനുഷ്യന്‍ ജീവിക്കാന്‍ ശ്രദ്ധിക്കണമെന്ന് അദ്ദേഹം പറയുമായിരുന്നു. നിഷ്കളങ്കനും നിരുപദ്രവിയും സ്നേഹ സമ്പന്നരുമാണെങ്കിലും കല്‍ബുര്‍ഗിയുടെ കണ്ടെത്തലുകള്‍ക്ക് മുനയും മൂര്‍ച്ചയും കൂടുമായിരുന്നു. ഇതിഹാസ പുരാണങ്ങളുടെ വിളനിലമായ ഭാരതത്തില്‍ ഗവേഷണം അതിസാഹ സവൃത്തിയാണെന്ന് അദ്ദേഹം കൂട്ടിച്ചേര്‍ത്തു. ഡോ. ചന്ദ്രശേഖര കമ്പാര്‍ അഭിപ്രായപ്പെടുന്നതിങ്ങനെ:

കല്‍ബുര്‍ഗി എന്റെ സഹപാഠിയാണ്. എന്റെ ചിന്തയും അദ്ദേഹ ത്തിന്റെ ചിന്തയും സമാനമാണ്. സത്യാന്വേഷിയായ സരള വ്യക്തി യാണ് അദ്ദേഹം. നാടക സംബന്ധമായ വിഷയം പരാമര്‍ശിക്കു മ്പോഴൊക്കെ അദ്ദേഹം എന്നെക്കുറിച്ച് സൂചിപ്പിക്കാതിരുന്നിട്ടില്ല. സുജനശീലനായ ഒരെഴുത്തുകാരന് സംഭവിച്ചത് ഉള്‍ക്കണ്ഠാകു ലമാണ്.

സംതൃപ്തമാണ് കല്‍ബുര്‍ഗിയുടെ കുടുംബജീവിതം. ഉമാ ദേവിയാണ് സഹധര്‍മ്മിണി. ശ്രീ വിജയന്‍, പൂര്‍ണ്ണിമ, പ്രതിമ, രൂപദര്‍ശി എന്നീ നാലുമക്കള്‍.

കല്‍ബുര്‍ഗിയുടെ ഘാതകരെ പിടികൂടണമെന്ന് ആവശ്യപ്പെട്ടു കൊണ്ട് എഴുത്തുകാരും കലാകാരന്മാരും സാംസ്കാരിക പ്രവര്‍ത്തകരും നിരത്തിലിറങ്ങി പ്രതിഷേധിച്ചു. പലരും സാഹിത്യ അക്കാദമി അംഗത്വം

രാജിവെച്ചു. അവാർഡുകൾ തിരികെ നല്കി. കൽബുർഗി എന്നും ഭീഷ
ണിയുടെ നിഴലിലാണ് കഴിഞ്ഞുകൂടിയത്. 1988 ൽ ധാർവാഡ് കർണ്ണാ
ടക യൂണിവേഴ്സിറ്റി കോളേജിൽ പഠിപ്പിക്കുമ്പോൾ പൊലീസ് കാവൽ
ഏർപ്പെടുത്തിയത് പിന്നീട് പിൻവലിച്ചു. മരിക്കുന്നതിന് ഏതാനും മാസം
മുമ്പാണ് വീണ്ടും പൊലീസ് കാവലുണ്ടായത്. കൽബുർഗി വീർപ്പു മുട്ടു
കയായിരുന്നു. സ്വന്തം ജീവ്ന് കാവൽ നിന്നിട്ടെന്തുഫലം! അതുകൊണ്ട്
അദ്ദേഹം കാവൽ വേണ്ടെന്നു വെച്ചു. ഘാതകർക്ക് ഇത് നല്ല അവസര
മായി.

ഹൊസതു എന്ന കന്നഡ മാസികയുടെ 2015 ഒക്ടോബർ ലക്ക
ത്തിൽ മാസത്തിലെ വാർത്തകളെന്ന കോളത്തിൽ സൂചിപ്പിക്കുന്നതു
നോക്കുക:

> ഡോ. കൽബുർഗിയുടെ കൊലയിൽ പ്രതിഷേധിക്കുന്ന ചില
> പൊതുയോഗങ്ങൾ നടക്കുകയുണ്ടായി. ബംഗലൂരു അസംബ്ലി മന്ദി
> രത്തിനു മുമ്പിൽ അത്തരമൊരു പ്രതിഷേധ യോഗം നടന്നപ്പോൾ
> അതിനെ ചിലർ പരിഹസിച്ചത് ശ്രദ്ധേയമാണ്. സ്വാതന്ത്ര്യത്തിന്റെ
> നേർക്കുള്ള ക്രൂരമായ കടന്നാക്രമണമാണ് കൽബുർഗിയുടെ
> കൊലപാതകം എന്നു പറയുന്നു. ബംഗലൂരിലെ പ്രതിഷേധക്കൂ
> ട്ടായ്മയിൽ ഭാരതീയ വിജ്ഞാൻ പരിഷത്തിലെ പ്രവർത്തകരും
> ഗവേഷകരും പങ്കെടുത്തു. സദസ്സിൽ തൊഴിലാളി സംഘടനാ
> നേതാവ് ജഗദീശും സഹപ്രവർത്തകരും സന്നിഹിതരായിരുന്നു.
> പ്രതിഷേധക്കൂട്ടായ്മ ഉദ്ഘാടനം ചെയ്തുകൊണ്ട് സംസാരിച്ചത്
> ശാസ്ത്രജ്ഞനായ പ്രൊഫ. എം ആർ എൻ മൂർത്തിയാണ്. സമൂ
> ഹത്തിലെ ഒരു വിഭാഗം ജനങ്ങളിൽ അപരാധികളുടെ സംഖ്യ
> വർദ്ധിച്ചുവരുന്നതിന്റെ കാരണം ഉദ്ഘാടകൻ വിവരിച്ചു. അദ്ദേ
> ഹത്തിന്റെ പ്രസംഗത്തിനിടയിൽ സദസ്സിലുണ്ടായിരുന്നവർ ഒച്ച
> യുണ്ടാക്കുവാനും കുശുകുശുക്കുവാനും തുടങ്ങി. പ്രസംഗിക്കാ
> നുള്ള മൂർത്തിയുടെ സ്വാതന്ത്ര്യത്തെയാണ് തടസ്സപ്പെടുത്തിയത്.
> സത്യത്തെ സംവാദത്തിന് വഴിയൊരുക്കാതെ സംഹാരംകൊണ്ട്
> നേരിടാമെന്ന് ചിന്തിക്കുന്നു.

അപകടകരമാണ് ഇന്ത്യൻ അവസ്ഥയെന്ന് ഇതെല്ലാം തെളിയിക്കു
ന്നു. വിളക്കുകൾ ഓരോന്നായി കെട്ടുപോവുകയാണെന്ന് കഥാകൃത്ത്
ടി പത്മനാഭൻ ചൂണ്ടിക്കാട്ടുകയുണ്ടായി. നാം അത്രമേൽ അസഹിഷ്ണു
ക്കളായിത്തീർന്നിരിക്കുന്നു. ഇനിയുള്ള കാലത്ത് ഒരു ശ്രീനാരായണഗു
രുവിനെയോ ബ്രഹ്മാനന്ദ ശിവയോഗിയെയോ വച്ചുപൊറുപ്പിക്കില്ല എന്നു
വേണം കരുതാനെന്നും പത്മനാഭൻ ഉൽക്കണ്ഠപ്പെട്ടു. പ്രകൃതിവസ്തു
ക്കളിലൊന്നും ദൃശ്യമാവാത്ത അയിത്തവും ജാതീയതയും മനുഷ്യർക്കി
ടയിൽ മാത്രമുണ്ടായതെങ്ങനെയെന്ന് ബസവണ്ണ ചോദിക്കുന്നുണ്ട്:

ചണ്ഡാളന്റെ കൂരയും ശിവക്ഷേത്രവും
ഒരേ മണ്ണിൽ സ്ഥിതിചെയ്യുന്നു.
ശൗചത്തിനും ആചമനത്തിനും
ഒരേ ജലം തന്നെയുപയോഗിക്കുന്നു.
കൂടലസംഗമദേവാ...
അങ്ങയെയറിഞ്ഞവന്
മണ്ണും ജലവും ഒരുപോലെ..

9

സ്വതന്ത്ര രചനകൾ

ചിന്തകനും ഗവേഷകനും സാമൂഹ്യ പരിഷ്കാരിയുമായ കൽബുർ ഗിയുടെ രണ്ട് സ്വതന്ത്ര രചനകൾ സാഹിത്യത്തിന് മുതൽക്കൂട്ടായുണ്ട്. ഒരു നാടകവും ഒരു കവിതാസമാഹാരവും. ആദ്യകാലത്തെ രചനകളല്ല ഇവ. ഗവേഷണവഴിയിൽ ഏറെ സഞ്ചരിച്ചുകഴിഞ്ഞ് രചിച്ചതാണ്. ബസ വണ്ണന്റെ തത്ത്വദർശനത്തിന്റെ വെളിച്ചത്തിലാണ് നാടകമെഴുതിയത്. സ്വതന്ത്രകൃതിയെന്നു പറയുമ്പോൾ പ്രമേയം പ്രാചീന വചനസാഹിത്യ ത്തിൽനിന്നും കണ്ടെത്തിയതാണ്. പുതിയ കാലത്ത് അതിനുള്ള പ്രസക്തി തിരിച്ചറിഞ്ഞതാണ് കൽബുർഗി നാടക രചന നടത്തിയത്. 1995 ൽ പുറത്തിറങ്ങിയ *കെട്ടിതു കല്യാണ* എന്ന നാടകത്തിൽ കേന്ദ്രക ഥാപാത്രം ബസവണ്ണയാണ്. *കെട്ടിതു കല്യാണ* എന്നാൽ നന്മകൾ നശിച്ചു എന്നർത്ഥം. ഇന്ത്യയിൽ മതാന്ധശക്തികൾ അഴിഞ്ഞാടിക്കൊ ണ്ടിരിക്കുമ്പോൾ ബസവണ്ണന്റെ ദർശനം ചെറുത്തുനില്പിന് ശക്തി പക രുമെന്ന് കൽബുർഗി പ്രതീക്ഷിക്കുന്നു.

ബിജാപ്പൂർ ജില്ലയിലെ ബാഗെവാഡി അഗ്രഹാരത്തിലാണ് ബസ വണ്ണ ജനിച്ചത്. അഗ്രഹാരം പ്രചരിപ്പിച്ചത് വൈദിക സംസ്കാരമാണ്. മേലാളരും കീഴാളരുമായി ജനങ്ങൾ വേർതിരിക്കപ്പെട്ടതായി ബസവണ്ണ മനസ്സിലാക്കി. കൂടലസംഗമവുമായി ബന്ധപ്പെട്ടാണ് വിദ്യാഭ്യാസം ചെയ്ത ത്. ബിജ്ജല രാജാവിന്റെ മന്ത്രിയായി കൊട്ടാരത്തിൽ ബസവണ്ണ കഴി ഞ്ഞുകൂടി. ഈ മൂന്നിടങ്ങളിലും ക്രൂരമായ ഉച്ചനീചത്വം നിലനിന്നിരു ന്നു. മേൽജാതിക്കാർക്ക് എല്ലാ ഐശ്വര്യങ്ങളും സ്വന്തമായിരുന്നു. കീഴ് ജാതിക്കാർക്ക് അസ്പൃശ്യരായി ദൂരെ മാറിനില്ക്കണമായിരുന്നു.

സമൂഹത്തെ കൈപ്പിടിയിലൊതുക്കി ഭരണം നടത്തിയിരുന്നത് മൂന്ന് ശക്തികളായിരുന്നു. അഗ്രഹാരത്തിലാണെങ്കിൽ മുഖ്യസ്ഥൻ അഗ്രഹാ

രേശ്വരൻ. കൂടലസംഗമത്തിലാണെങ്കിൽ വീരശൈവ മഠങ്ങളിലെ അധി പൻമാർ. ഇവർക്കു പുറമെ നാട്ടുഭരണം കൈയാളുന്ന ബ്രാഹ്മണരും. ഈ ത്രിവിധ ശക്തികൾക്കെതിരെയാണ് ബസവണ്ണ പൊരുതിയത്. അസപ്പ ശ്യരുടെ നില അത്യന്തം ശോചനീയമായിരുന്നു. അദ്ധ്വാനിച്ച് പണിയെ ടുക്കാൻ മാത്രം വിധിക്കപ്പെട്ടവർ. ജീവിത സൗകര്യങ്ങളൊന്നും അവർക്ക ലഭ്യമായിരുന്നില്ല. അതേപോലെ വീരമരണവും ആത്മബലിയും നിലനി ന്നിരുന്നു. ക്രൂരമായ ഈ ആചാരങ്ങളെ ബസവണ്ണ നിർത്തലാക്കി. മനു ഷ്യരെ വിലയിരുത്തേണ്ടത് ജന്മംകൊണ്ടല്ലെന്നും കർമ്മംകൊണ്ടാ ണെന്നും ബസവണ്ണ ചൂണ്ടിക്കാട്ടി. ചിന്തയും വാക്കും പെരുമാറ്റവും ഗുണ സമ്പന്നമാകണം. ഇത്തരം മഹാത്ത്യങ്ങളാണ് നാടകത്തിലെ പ്രമേയം. സാമൂഹിക അസമത്വവും അർത്ഥരഹിതമായ മതാനുഷ്ഠാനങ്ങളും അവ സാനിപ്പിക്കാനുള്ള ആഹ്വാനമാണ് നാടകം. ബിജാപ്പൂർ ജില്ലയിൽ ജനിച്ച കൽബുർഗിക്ക് ബസവദർശനം വേണ്ടുവോളം ഉൾക്കൊള്ളാൻ കഴിഞ്ഞി രുന്നു. ഭക്ഷണം, വസ്ത്രം തുടങ്ങിയ ദൈനംദിന കാര്യങ്ങളിലും വിവാഹം പോലുള്ള മർമ്മ പ്രധാനമായ കാര്യങ്ങളിലും ബസവണ്ണൻ പുലർത്തിയ ചിന്തകളും നാടകം വെളിപ്പെടുത്തുന്നു. ഭക്ഷണം മിതവും ലളിതവുമാ കണം. വിധവാവിവാഹവും മിശ്രവിവാഹവും പ്രോത്സാഹിപ്പിക്കണം. നാട കത്തിൽ ഇത്തരം രംഗങ്ങൾ കൽബുർഗി സൃഷ്ടിച്ചിട്ടുണ്ട്. വേശ്യാവൃ ത്തിയിലേർപ്പെട്ടവരെ നേർജീവിതത്തിലേക്ക് തിരികെ കൊണ്ടുവരുന്ന ഉദാത്ത ചിന്തയും ബസവണ്ണന്റേതായി കൽബുർഗി അവതരിപ്പിക്കുന്നു. ബസവണ്ണൻ ഒരിക്കലും നിശ്ശബ്ദനായ കാഴ്ചക്കാരനായിരുന്നില്ലെന്ന് കൽബുർഗി കണ്ടെത്തുന്നു. നിസ്സഹായതാഭാവവും അദ്ദേഹത്തിലില്ല.

ദൃശ്യചാരുതയാർന്നതാണ് നാടകം. ഓരോ നാടകവും സാമൂഹിക പരിഷ്കരണ പ്രവർത്തനമാണെന്ന് കൽബുർഗിയും തിരിച്ചറിഞ്ഞിരുന്നു. ബസവണ്ണ എന്ന വ്യക്തിയെയും അദ്ദേഹത്തിന്റെ കാലത്തുള്ള സംഭവ ങ്ങളെയും രണ്ടുതരത്തിൽ കൽബുർഗി സമീപിക്കുന്നു. വർത്തമാനകാല സംഭവങ്ങളുമായി ബസവകാലത്തെ സമൂഹത്തെ കൽബുർഗി താരതമ്യം ചെയ്യുന്നു. വർഷങ്ങൾ ഇത്രയേറെ കഴിഞ്ഞിട്ടും സമാനതകൾ നിലനി ല്ക്കുന്നതായി കൽബുർഗി മനസ്സിലാക്കുന്നു. ബസവണ്ണന് നീതിവിരു ദ്ധമായ കാര്യങ്ങളൊന്നും സ്വീകാര്യമായിരുന്നില്ല. ചോദ്യം ചെയ്തും ചെറുത്തുംകൊണ്ട് അദ്ദേഹം മുന്നേറി. എങ്കിലും ചില ഘട്ടങ്ങളിൽ ബസ വണ്ണ നിരാശനായിപ്പോയില്ലേ എന്നദ്ദേഹം സംശയിക്കുന്നു. ഈ രണ്ടം ശവും നാടകത്തിൽ ധനിക്കുന്നു. ബിജ്ജല രാജാവിന്റെ മരണത്തോടെ നാടകം പരിസമാപിക്കുന്നു.

നീരു, നീരഡിസിതു- വെള്ളത്തിനു ദാഹിച്ചു- എന്ന കവിതാസമാ ഹാരം 1997 ൽ പുറത്തിറങ്ങി. പല സന്ദർഭങ്ങളിലായി എഴുതിയകവിതാ സമാഹാരത്തിന്റെ തലക്കെട്ട് അല്ലമപ്രഭുവിന്റെ ഒരു വചനത്തിലെ ആശ യമാണ്. വെള്ളത്തിനു ദാഹിക്കുന്നു എന്നത് വളരെ അർത്ഥവത്തായ വാക്യമാണ്. മറ്റുള്ളവരുടെ ദാഹം തീർക്കുന്നത് ജലമാണ്. ആ ജലത്തിനു

തന്നെ ദാഹം അനുഭവപ്പെട്ടാൽ എന്തു ചെയ്യും? എങ്ങനെ പരിഹരിക്കും? ഇത്തരം വ്യതിരികതമായ സാഹചര്യങ്ങൾ വന്നുചേർന്നാൽ നാട്ടിലെ പ്രശ്നങ്ങൾ സങ്കീർണ്ണമാകും. വിരോധാഭാസം തോന്നുന്ന സാഹചര്യ ത്തിൽ കഴിയേണ്ടിവരുന്ന മനുഷ്യരുടെ അവസ്ഥ അത്യന്തം സങ്കീർണ്ണ മായിരിക്കും. കൽബുർഗി ഇത്തരം കയ്പ് കുടിച്ചു ജീവിച്ച എഴുത്തുകാ രനാണ്. ജീവിതം തളർന്നുവീഴുമ്പോഴൊക്കെ അദ്ദേഹത്തിന് കരുത്ത് പകർന്നത് വചനങ്ങളാണ്. തനിക്കനുഭവിക്കേണ്ടിവന്ന തിക്തഫലങ്ങളുടെ ആവിഷ്കാരമാണ് *നീരു, നീരഡിസിതു* എന്ന കവിതാസമാഹാരം.

'ഗളയരേ' എന്നതാണ് ആദ്യകവിത. ഗളയർ എന്നാൽ സുഹൃത്തു ക്കൾ. ബസവണ്ണയെപ്പോലെ നിരന്തരം ആക്രമണങ്ങൾക്കിരയായ വ്യക്തി യാണ് കൽബുർഗിയും. സുഹൃത്തുക്കളായി സർവ്വ ജനങ്ങളെയും പരി ഗണിക്കുന്ന വിശാലത വചനകാരിൽനിന്നും ലഭിച്ചതാണ്. സുഹൃത്തു ക്കളിൽ പലരും അകത്തു കത്തിയും പുറത്തു പുഞ്ചിരിയുമായി സമീപി ക്കുന്നവരാണ്. പശുവിൻ മുഖമുള്ള പുള്ളിപ്പുലികൾ എന്ന കൽബുർഗി വിശേഷിപ്പിക്കുന്നു. ആട്ടിൻ തോലണിഞ്ഞ ചെന്നായയുടെ സ്വഭാവം പ്രക ടിപ്പിച്ചുകൊണ്ട് അത്തരക്കാർ അടുത്തുകൂടും. ഗവേഷണത്തിലൂടെ പാര മ്പര്യത്തെ ചോദ്യം ചെയ്തുകൊണ്ടിരുന്ന കൽബുർഗി നിരന്തരം പ്രതി ഷേധങ്ങൾക്കിരയായിക്കൊണ്ടിരുന്നു. തന്നെ ആക്രമിക്കുന്നവരെ 'ഗളയരേ' എന്നു കൽബുർഗി വിളിക്കുകയാണ്. ശ്രീബുദ്ധന്റെ മാനവിക ദർശനം തന്നെയിത്.

ഇവിടെ
എങ്ങും നിശ്ശബ്ദത
പുറം മൗനമെങ്കിലും
അകം വെന്തുരുകുന്നു
പട്ടുനൂൽപ്പുഴുവിന്റെ വലയിൽ
കഴുത്തുമുറുകിപ്പോകുന്നു.

പട്ടുവസ്ത്രം ധരിച്ച് പൊങ്ങച്ചം കാട്ടി നടക്കുന്നവരാണ് സമൂഹ ത്തിൽ ഏറെയും. പുറമേ തിളങ്ങുമെങ്കിലും അവർ പട്ടുനൂലുകൊണ്ട് കഴുത്തു ഞെരിക്കുവാൻ ശ്രമിക്കുന്നു. വാക്കുകൾ കുറച്ചും ആശയങ്ങൾ കനത്തും പ്രയോഗിക്കാനാണ് കൽബുർഗി തുനിഞ്ഞത്. മാറിനിന്ന് പ്രശ്ന ങ്ങളെ സമീപിക്കാനല്ല, ആണ്ടിറങ്ങി വിശകലനം ചെയ്യാനാണ് അദ്ദേഹ ത്തിന്റെ പരിശ്രമം. ലഘു കവിതാ രീതിയാണ് അദ്ദേഹം സ്വീകരിച്ചത്. കവിത സ്വാതന്ത്ര്യത്തിന്റെ പുതിയ ഊർജ്ജമാണെന്ന് പറയാറുണ്ട്. ചരി ത്രത്തിൽനിന്ന് പ്രമേയം കണ്ടെത്തിയാലും അത് നിലനില്ക്കുന്ന കാല വുമായി സംയോജിപ്പിക്കാൻ കൽബുർഗി ശ്രമിക്കുന്നു, ശാഠ്യം, വിദ്വേഷം വേദന, സ്നേഹം, നിരാശ, വെറുപ്പ് തുടങ്ങിയ മാനസിക വ്യാപാരങ്ങൾ കൽബുർഗിയിലും പ്രകടമാണ്. ചെറുത്തുനിന്ന് മുന്നേറുന്ന കൽബുർഗി യെയാണ് എന്നും കണ്ടുമുട്ടുക. പക്ഷേ, ചില സന്ദർഭങ്ങളിൽ അദ്ദേഹവും നിരാശനായിപ്പോകുന്ന അവസ്ഥയുണ്ട്.....

നിങ്ങൾ വിളമ്പിയ തീക്കനൽ തിന്ന്
നിങ്ങളുടെ വഴിയിൽ
വെളിച്ചം വിതയ്ക്കും ഞാൻ. എന്നാൽ-
നിങ്ങൾ തീയിലെരിഞ്ഞ്
വെണ്ണീറായി കാറ്റിൽ പാറിപ്പോകും.

സുഹൃത്തുക്കളിൽ ചിലർ അദ്ദേഹത്തിന്റെ വഴിയിൽ തീക്കനൽ കോരിയിട്ടു. കൽബുർഗി തീക്കനൽ ചവിട്ടിനടന്ന് സത്യത്തിന്റെ പ്രകാശം കണ്ടെത്തി. താൻ പ്രകാശമായി പുതുതലമുറയ്ക്ക് വഴികാട്ടുമ്പോഴും തീക്കനൽ കോരിയിട്ടവർ എരിഞ്ഞ് ചാമ്പലായിത്തീരുമെന്ന് കൽബുർഗി മുന്നറിയിപ്പ് നല്കുന്നു. ബസവണ്ണന്റെ ജീവിത ദർശനം തന്നെയാണിത്.

ഇരുണ്ട അന്ധകാരം
നീങ്ങിപ്പോയാൽ.....
അവശേഷിക്കുന്നത്.....
പ്രകാശം... പ്രകാശം മാത്രം...

എന്ന് ബസവണ്ണ പാടുന്നുണ്ട്. ദ്രോഹിക്കുന്നവരെ സ്നേഹിക്കുന്നത് നമ്മുടെ പാരമ്പര്യമാണ്. കൽബുർഗി തന്നെ ആക്രമിക്കുന്നവരോട് ദ്വേഷം പുലർത്തിയില്ല. ആരെയും കുറ്റപ്പെടുത്തിയില്ല. ഇന്നല്ലെങ്കിൽ നാളെ താൻ കണ്ടെത്തിയ സത്യം അംഗീകരിക്കാതിരിക്കില്ല. വിദ്വേഷത്തെ വിദ്വേഷംകൊണ്ട് പരിഹരിക്കാനാവില്ല. സ്നേഹം കൊണ്ടേ വിജയം വരി ക്കാനാവൂ.

സത്യം പറയുന്നവനെ
പാരാകെയാദരിക്കും
അമ്മ മകനെയെന്നതുപോൽ
കൈലാസം കൈനീട്ടി സ്വീകരിക്കും.

എന്ന് 'സർവ്വജ്ഞ'ന്റെ ഒരു വചനം പറയുന്നുണ്ട്. ആധുനികകാ ലത്ത് ജീവിക്കുമ്പോൾ സ്നേഹത്തിന്റെയും ക്ഷമയുടെയും ഭാഷ സ്വീ കരിക്കുന്നില്ല. ദയാപൂർവ്വം ഇടപെടുന്നില്ല. എങ്കിലും ഗതിമുട്ടിയാൽ തിരി ച്ചടിക്കാൻ മടിക്കരുതെന്നും കൽബുർഗി പറയുന്നു.

'നാനു സായുവുദില്ല' -ഞാൻ മരിക്കില്ല- എന്ന പേരിലുള്ള കവിത ശ്രദ്ധേയമാണ്. സ്വതന്ത്രമായ ആന്തരചിന്തകളാണ് കൽബുർഗി പ്രകടി പ്പിച്ചത്. അതിന്റെ പ്രതിദ്ധ്വനി കാലാതീതമാണ്. ശരീരം നഷ്ടപ്പെട്ടാലും തത്ത്വദർശനം നശിക്കില്ല. സങ്കീർണ്ണമാണ് വർത്തമാനകാലത്തിന്റെ അവ സ്ഥയെന്ന് കൽബുർഗി കണ്ടെത്തുന്നു. വിദ്വേഷത്തിന്റെ ശരങ്ങളേറ്റ് തന്റെ ദേഹവും മനസ്സും ബലപ്പെട്ടുവെന്ന് അദ്ദേഹം സൂചിപ്പിക്കുന്നു. അങ്ങനെ ബലപ്പെട്ട ഒരാൾക്ക് മരണമുണ്ടാകില്ല. എന്നാൽ തന്റെ സ്നേഹവും ഉപ ദേശവും സ്വീകരിച്ചിട്ടും ദുർബ്ബലരായി കഴിയുന്നവർക്ക് രക്ഷകിട്ടില്ല.

അച്ഛൻ, അമ്മ, ഭാര്യ എന്നിവരെക്കുറിച്ചും കൽബുർഗി കവിതയെ ഴുതി. മാതാപിതാക്കൾ മനുഷ്യന്റെ പിറവിക്ക് കാരണമാണ്. 'അമ്മ' എന്ന കവിത തുടങ്ങുന്നതിങ്ങനെ:

നിങ്ങൾ മാതാവല്ല
മദരും ആദ്യമേയല്ല
അമ്മ.. കേവലം അമ്മ

നിങ്ങൾ ആ മാതാവല്ല എന്ന് കൽബുർഗി പറയുന്നു. 'മാതാ' എന്നത് ഭാരതീയ വർണ്ണവ്യവസ്ഥയിലെ ഒരു ഘടകമാണ്. പാശ്ചാത്യരീതിയിൽ 'മദർ' എന്നാണ് പറയുക. നിങ്ങൾ ആ മദരും അല്ല. നിങ്ങൾ അമ്മയാണ്, അമ്മ. അമ്മ സങ്കല്പം നമ്മുടെ നാടോടി സംസ്കൃതിയുടെ ഭാഗമാണ്. ദേശീയ സങ്കല്പവും 'അമ്മ' എന്നുതന്നെ. 'മാതാ' എന്നത് സംസ്കൃതമാണ്. അച്ഛനെക്കുറിച്ചുള്ള കവിതയും ശ്രദ്ധേയമാണ്. പിതാവിന് കഠിനഹൃദയവുമുണ്ട്. മൃദുമനസ്സുമുണ്ട്. മകൻ തെറ്റു ചെയ്താലും അടിച്ച് ബുദ്ധിപഠിപ്പിക്കുന്നത് അച്ഛന്റെ കടമയാണ്. അച്ഛൻ ശാസിക്കുന്നത് മക്കളുടെ നന്മയ്ക്കുവേണ്ടിയാണെന്നറിയണം....

നിങ്ങൾ....
പകലിന്റെ വെയിലായിത്തീരുന്നു
രാത്രിയുടെ വിൺ ചന്ദ്രികയായിത്തീരുന്നു
ഈ അറിവെനിക്കുണ്ടായത്
ഞാനും അച്ഛനായപ്പോൾ...
അച്ഛാ...ഞാനച്ഛനായപ്പോൾ.

'ഭാര്യ' എന്ന കവിത ശ്രേഷ്ഠമാണെന്ന് നിരൂപകർ വിലയിരുത്തുന്നു. സ്നേഹവാത്സല്യങ്ങളുടെ സാകാര രൂപമാണ് സഹധർമ്മിണി. ഭാര്യയെ ഗദ്യമായും പദ്യമായും മണിപ്രവാളമായും ചമ്പുകാവ്യമായും കൽബുർഗി വിലയിരുത്തുന്നു. ഭാര്യയുടെ സാമീപ്യത്തിൽനിന്ന് സാഹിത്യത്തിന്റെ രുചി ആസ്വദിക്കുന്നു.

ഇവൾ
നവനവോന്മേഷശാലിനി,
തൻ കാവ്യലയത്തിൽ
എൻ ഗദ്യലയം കൂട്ടിച്ചേർത്ത്
ചമ്പുകാവ്യമായ് തീർന്നു.

ലൗകികവും അലൗകികവുമായ സമസ്തചൈതന്യവും ഭാര്യയിൽ തുടിക്കുന്നു. ജീവിതത്തിൽ അലൗകിക പ്രഭചൊരിയുന്നു. വിഷമഘട്ടങ്ങളിൽ സാന്ത്വനം നല്കി വഴികാട്ടുന്നു. ഭാര്യയുടെ മൊഴികളിൽ ശരണവചനങ്ങളാണ് നിറഞ്ഞുകിടക്കുന്നത്. ശരണകീർത്തനംപോലെ ദിവ്യമാണ് പത്നീസാമീപ്യം. പരസ്ത്രീയെ ആഗ്രഹത്തോടെ നോക്കരുതെന്ന ബസവചനം കൽബുർഗി സ്വീകരിക്കുന്നു. എങ്കിലും കൽബുർഗി പാടുന്നു:

ഇവൾ മുഴുവനും രമ്യം
ഇവളുടേതെല്ലാം നവ്യം
ചിലപ്പോളിവൾ വിപ്ലവകാരി..
ചിലപ്പോൾ ശാന്തയും മൗനിയും.

ഒരു റൊമാന്റിക് കാവ്യമായി കൽബുർഗി പത്നിയെ സങ്കല്പിക്കുന്നു.

അവളുടെ ഇടപെടലുകളെല്ലാം രമ്യവും നവ്യവുമാണ്. ദേഷ്യം വന്നാൽ വിപ്ലവകാരിയാകും. ഇങ്ങനെയെല്ലാം ഭാര്യയെ വർണ്ണിച്ചിട്ടും തൃപ്തിയായില്ലെന്ന് കൽബുർഗി സൂചിപ്പിക്കുന്നു. അദ്ദേഹത്തിന്റെ ഏകകാവ്യസമാഹാരമാണിത്. എങ്കിലും കവിതാരംഗത്ത് അദ്ദേഹത്തിന്റെ സ്ഥാനം ഇതടയാളപ്പെടുത്തുന്നു. ആസ്വാദകർ ഹൃദയം തുറന്ന് ഇത് സ്വീകരിക്കുന്നു. കൽബുർഗി എന്തുകൊണ്ട് ഇത് ആദ്യംതൊട്ടേ കാവ്യരചന കൈക്കൊണ്ടില്ല എന്ന് സാഹിത്യലോകം ചോദിക്കുന്നു. ഹൃദയം ദ്രവീകൃതമാകുന്ന കവിതകൾ കൽബുർഗിക്ക് എഴുതാനാകുമായിരുന്നു. "എന്റെ കവിത എന്റെ ഗവേഷണം തന്നെ" എന്ന് അദ്ദേഹം പറയുന്നു. കാവ്യഗവേഷണത്തിലാണ് അദ്ദേഹം ഏറെ ഏർപ്പെട്ടതും. വചന സാഹിത്യം ഇത്രമാത്രം ആഴത്തിൽ പഠിച്ച മറ്റൊരു ഗവേഷകനില്ല. വചനസാഹിത്യംകൊണ്ട് ആ ഹൃദയം നിറഞ്ഞുകവിയുന്നു. അങ്ങനെയുള്ള ഹൃദയത്തിൽനിന്നാണ് 'വെള്ളത്തിന് ദാഹിക്കുന്നു' എന്ന ചിന്തിപ്പിക്കുന്ന കവിതകൾ ലഭിച്ചത്.

10
വഴികാട്ടുന്ന ചിന്തകൾ

അനുവാചക ഹൃദയത്തിലേക്ക് വിപുലമായ സ്വാനുഭവത്തിന്റെ അടിസ്ഥാനത്തിൽ സത്യം സംക്രമിപ്പിക്കാനുള്ള അസാധാരണ ശക്തി കൽബുർഗിക്കുണ്ടായിരുന്നു. വിയർത്തേ നേടാവൂ, കൊടുത്തേ ഉണ്ണാവൂ എന്ന ബസവവചനം അദ്ദേഹത്തിന്റെ ജീവിത ദർശനമാണ്. ഉത്തമനായി ജീവിക്കണമെന്നത് ബസവണ്ണയെപ്പോലെ കൽബുർഗിയുടെയും ആഗ്ര ഹമായിരുന്നു. എന്നാൽ ഫാസിസ്റ്റുകൾ ജയിച്ചാൽ മരിച്ചവർ പോലും ആക്രമിക്കപ്പെടുമെന്ന ജനാധിപത്യത്തിന്റെ പഴയ മുന്നറിയിപ്പുകൾ ഇപ്പോഴും പ്രസക്തമാണെന്ന് ചരിത്രം ഒരിക്കൽക്കൂടി തെളിയിച്ചിരിക്കു ന്നെന്ന കെ ഇ എൻ കുഞ്ഞഹമ്മദിന്റെ നിരീക്ഷണം നമ്മെ ജാഗ്രത്താ ക്കുന്നു. കൽബുർഗി ജീവിതം കൊണ്ടെന്നതുപോലെ മരണംകൊണ്ടും വർഗ്ഗീയഭ്രാന്തുകളെ വെല്ലുവിളിക്കുന്നു.

ബസവണ്ണയുടെ കുട്ടിക്കാലത്തുണ്ടായ ഒരനുഭവം. വീട്ടിനടുത്തുള്ള ദേവാലയത്തിൽ പുരാണ കഥാപ്രവചനം നടക്കുന്നുണ്ടായിരുന്നു. പുരാണം കേൾക്കാനുള്ള അവകാശം സവർണ്ണർക്കുമാത്രമായിരുന്നു. എന്നാൽ ദളി തനായ ഒരു ബാലന് പുരാണം കേൾക്കണമെന്ന മോഹമുണ്ടായി. അവൻ ഒരു ദിവസം ക്ഷേത്രത്തിനടുത്ത് ചെന്നു നിന്നു. പുരോഹിതനും മേൽജാ തിക്കാരനും ആ ബാലനെക്കണ്ടു. അവർ അരിശം കൊണ്ടിളകി. ക്ഷേത്രം അശുദ്ധപ്പെടുത്താൻ ഒരു ദളിതൻ തുനിഞ്ഞിരിക്കുന്നു. അതെങ്ങനെ സഹിക്കും? അവർ ആ ബാലനെ ക്രൂരമായി മർദ്ദിച്ചു. അടിയേറ്റ ദേഹ ത്തുനിന്നും രക്തം പൊടിഞ്ഞു. അവന്റെ നിലവിളികേട്ടാണ് ബസവണ്ണ ഓടിച്ചെന്നത്. അസ്പൃശ്യരെന്നു മുദ്രകുത്തപ്പെട്ടവർ പുരാണം കേൾക്കു ന്നതിലെന്താണ് തെറ്റ്? വേദവും പുരാണവും ആരുടെയെങ്കിലും സ്വന്ത മാണോ? സാമൂഹിക അനീതിക്ക് മതത്തിന്റെ അംഗീകാരം നല്കിയതാ രാണ്?

ബസവണ്ണനെപ്പോലെ തന്നെ കൽബുർഗിയും ചിന്തിച്ചു. ബസവ ണ്ണന്റേത് കാന്തസദൃശമായ വ്യക്തിത്വമായിരുന്നു. കൽബുർഗിയുടേതും സമാനതയുള്ളതാണ്. മതം മനുഷ്യനെ മയക്കുന്ന കറുപ്പ് എന്ന് കാൾ മാർക്സ് പറഞ്ഞിട്ടുണ്ട്. ആ കറുപ്പിന് വശപ്പെട്ടാൽ പിന്നെ മനുഷ്യപ്ര കൃതമെല്ലാം നഷ്ടപ്പെടും. ആധുനിക കാലത്ത് ഈ യാഥാർത്ഥ്യം ഞെട്ട ലുളവാക്കിക്കൊണ്ടിരിക്കുന്നു. കൽബുർഗി ചെയ്ത തെറ്റെന്താണ്? മാമൂൽ വിശ്വാസത്തിന് മുറിവേല്പിച്ചു. ചെന്നബസവന്റെ കാര്യത്തിലുള്ള നിഗ മനം വർഗ്ഗീയവാദികളെ ആട്ടിയുലച്ചു. ആർത്തട്ടഹസിച്ചുകൊണ്ടവർ കൽബുർഗിക്ക് നേർക്കടുത്തു. പെരുമാൾ മുരുകനെപ്പോലെ കൽബുർ ഗിക്കും മാപ്പു പറയേണ്ടിവന്നു. ബൗദ്ധികമായ കീഴടങ്ങൽ തന്നെയായി രുന്നു അത്. പക്ഷേ, കൈയും കെട്ടി മൂലയിലിരിക്കുന്ന പ്രകൃതമായിരു ന്നില്ല അദ്ദേഹത്തിന്റേത്. പൂർവ്വാധികം ശക്തിയോടെ അദ്ദേഹം പ്രഭാഷ ണങ്ങൾ നടത്തി. ഗവേഷണഫലങ്ങൾ അവതരിപ്പിച്ചു. ഈ ശാഖ്യപ്രകൃ തത്തിൽനിന്നും കന്നഡസാഹിത്യത്തിനു കിട്ടിയത് അമൂല്യഗ്രന്ഥങ്ങൾ. മഹാകവി എന്ന് വിശേഷിപ്പിക്കുന്നതുപോലെ മഹാഗവേഷകനായി കൽബുർഗി നിറഞ്ഞാടി. ഗവേഷണപദ്ധതിയെക്കുറിച്ചുതന്നെ അദ്ദേഹം ആധികാരിക ഗ്രന്ഥമെഴുതി. ഗവേഷണം എന്ത് എങ്ങനെ നിർവ്വഹിക്ക പ്പെടണമെന്ന കാര്യത്തിൽ അദ്ദേഹത്തിന് വ്യക്തമായ കാഴ്ചപ്പാടുണ്ടാ യിരുന്നു. ഗവേഷണം രണ്ടുതരത്തിലുണ്ടെന്നദ്ദേഹം സൂചിപ്പിക്കുന്നു. ഇംഗ്ലീഷിൽ discovery, invention എന്നീ സംജ്ഞകൾകൊണ്ട് വ്യവഹ രിക്കുന്നു. കർണ്ണാടകത്തിൽ രണ്ടുരീതിയും സമന്വയിപ്പിച്ചാണ് സ്വീകരി ക്കുന്നത്. ഗവേഷകൻ അന്വേഷണം നടത്തേണ്ടവനാണ്. മുമ്പുണ്ടായ വസ്തുതകൾ ഇപ്പോഴില്ലായിരിക്കാം. ഗവേഷകൻ അതന്വേഷിച്ച് കണ്ടു പിടിക്കണം. അതിന്റെ അടിസ്ഥാനത്തിൽ വിലയിരുത്തൽ നടത്തണം. മുമ്പില്ലാത്തവ തേടിപ്പിടിച്ച് വിലയിരുത്തി നിഗമനത്തിലെത്തിച്ചേരുന്ന താണ് രണ്ടാമത്തെ രീതി. കൽബുർഗി രണ്ടുവഴിയിലും സഞ്ചരിച്ചു. വിവാദം സൃഷ്ടിച്ചത് രണ്ടാമത്തെ രീതി സ്വീകരിച്ചപ്പോഴാണ്. കൽബുർഗി പുരാണങ്ങളിലെ കല്പിത കഥകൾ വിശ്വസിച്ചില്ല. പായസവും നിവേ ദ്യവും ഭക്ഷിച്ചാൽ സന്താനഭാഗ്യമുണ്ടാകുമെന്ന് പുരാണങ്ങളിലുണ്ട്. ആരാദ്ധ്യദേവന്മാർക്കുപോലും ഇത്തരം കഥകളുണ്ട്. കൽബുർഗി അവയെ ചോദ്യം ചെയ്യുന്നു. ജൈവശാസ്ത്രമനുസരിച്ച് സ്ത്രീ-പുരുഷ ബന്ധത്തിൽനിന്നല്ലാതെ സന്താനോല്പാദനമുണ്ടാകില്ല. ശാസ്ത്ര ദൃഷ്ട്യാ ഇതാണ് ശരി. ചെന്ന ബസവേശ്വരനെന്ന ആരാദ്ധ്യപുരുഷനെ ക്കുറിച്ച് ഇത്തരം ഐതിഹ്യകഥകൾ നിലവിലുണ്ടായിരുന്നു. കൽബുർഗി അത് തെറ്റെന്ന് സമർത്ഥിച്ചു. അതോടെ പ്രാണന് ഭീഷണിയുയർന്നു.

ഭാരതം-വേദേതിഹാസങ്ങളുടെയും പുരാണങ്ങളുടെയും മഹാഖനി യാണ്. പുരാണങ്ങളെയും ഇതിഹാസങ്ങളെയും പുരസ്കരിച്ച് അനേകം കാവ്യഗ്രന്ഥങ്ങൾ രചിക്കപ്പെട്ടിട്ടുണ്ട്. അവയിലെല്ലാം രചയിതാവിന്റെ ഭാവനാ വിലാസം വിളയാടുന്നതു കാണാം. കാളിദാസന്റെ *കുമാരസംഭ*

വത്തിലും രഘുവംശത്തിലും മറ്റും ഉപമകളും ഉൽപ്രേഷകളും യഥേഷ്ടം ദൃശ്യമാണ്. കൽബുർഗി ഈ ആലങ്കാരികതയുടെ സാധുത പരിശോധി ക്കുന്നു. വിശ്വാസത്തിൽ ഭാവനയ്ക്ക് സ്ഥാനമില്ലല്ലോ. past is perfect എന്നു പറയാറുണ്ട്. ഇങ്ങനെ പറഞ്ഞതുകൊണ്ടുമാത്രം കാര്യമില്ലെന്ന് കൽബുർഗി പറയുന്നു. നൂറു ശതമാനം തെളിവ് ഹാജരാക്കണം. 'സത്യം പറയും,സത്യമല്ലാതെ പറയില്ല' എന്നതാകണം ഗവേഷകന്റെ പ്രതിജ്ഞ. സത്യം പറയുന്നവർ ക്രൂശിക്കപ്പെട്ടതിന്റെ എത്രയോ ഉദാഹരണങ്ങൾ ലോകത്തുണ്ട്.

കൽബുർഗി ഭാഷാശാസ്ത്രകൃതികളെല്ലാം ഏറെ ചർച്ചചെയ്യപ്പെട്ട താണ്. സ്വരവ്യഞ്ജനങ്ങളുടെ നിഷ്പത്തിയല്ല അദ്ദേഹം അന്വേഷിച്ച ത്. ഓരോരോ രീതിക്കുള്ള ശാസ്ത്രമാണ്. കന്നഡ സംശോധനാ ശാസ്ത്ര, കന്നഡ ഹസ്തപ്രതിശാസ്ത്ര, കന്നഡ ഗ്രന്ഥ സമ്പാദനാ ശാസ്ത്ര, കന്നഡ നാമവിജ്ഞാന എന്നിവ ഈ ഗണത്തിൽപെടുന്നു. കന്നഡ സംശോധനാ ശാസ്ത്ര (കന്നഡ ഗവേഷണ ശാസ്ത്രം) ഗവേ ഷണ വിദ്യാർത്ഥികൾക്കുള്ള രൂപരേഖയാണ് ആരാണ് ഗവേഷകൻ? ഗവേ ഷണം എന്നുപറഞ്ഞാലെന്താണ്? ഗവേഷകന് എന്തെല്ലാം കഴിവ് വേണം? വിഷയങ്ങൾ എങ്ങനെ കണ്ടെത്തണം? വസ്തുതകളുടെ ശേഖ രണം, വർഗ്ഗീകരണം, അപഗ്രഥനം എന്നീ ഘട്ടങ്ങളിൽ പാലിക്കേണ്ട നട പടികളെന്തെല്ലാം? എന്നു തുടങ്ങിയ എല്ലാ കാര്യങ്ങളും കൽബുർഗി ലളിതമായി വിവരിക്കുന്നു. ഗവേഷണത്തിന്റെ ഉദ്ദേശ്യലക്ഷ്യങ്ങളിലേക്കും കൽബുർഗി വെളിച്ചം വീശുന്നു. കൽബുർഗി ഈ ഗ്രന്ഥത്തിലൂടെ നട ത്തിയ നിരീക്ഷണങ്ങൾ പാണ്ഡിത്യവലയങ്ങളിൽ എന്നും ചർച്ചാവിഷ യമായിരുന്നു. "അല്പവിരാമത്തിലൂടെയും അർദ്ധവിരാമത്തിലൂടെയും പൂർണ്ണവിരാമത്തിലെത്തിച്ചേരുന്ന പ്രവർത്തനമാണ് ഗവേഷണമെന്ന് അദ്ദേഹം നിർവ്വചിക്കുന്നു. ഗവേഷകൻ തെറ്റ് പറഞ്ഞേക്കും, കള്ളം പറ യുകയില്ല" ഇത്തരം ആപ്തവാക്യങ്ങളും കൽബുർഗിയുടേതായി ഭാഷയ്ക്ക് ലഭിച്ചിട്ടുണ്ട്. ഇതേപോലെ അദ്ദേഹത്തിന്റെ മറ്റൊരു മൊഴിയും അർത്ഥഗർഭമാണ്: "ഇന്നത്തെ കർണ്ണാടകത്തിന് ഭൂഗോളം ചെറുതായി തോന്നുന്നു. ഇതിഹാസം വലുതായും. എന്നാൽ ഇന്നത്തെ മഹാരാഷ്ട്ര ത്തിന് ഭൂഗോളമാണ് വലുത്. ഇതിഹാസമാകട്ടെ ചെറുതും."

ആംഗല പണ്ഡിതർ കാട്ടിത്തന്ന പുതിയ വിദ്യാഭ്യാസ പദ്ധതിയാണ് ഗവേഷണം. പ്രാരംഭദശയിൽ Oriental studies എന്നറിയപ്പെട്ടു. വസ്തു തകൾ പരിശോധിച്ച് അപഗ്രഥനം നടത്തി നിഗമനത്തിലെത്തിച്ചേരുന്ന രീതിയാണിത്. പി എച്ച് ഡി സമ്പാദിക്കുന്നവർക്കുള്ള വഴിയാണിതെന്ന് കൽബുർഗി പറയുന്നു. ഗവേഷണത്തിന്റെ ലക്ഷ്യം പി എച്ച് ഡിയിലാക രുത്. ആദ്യകാലത്ത് ഇന്ത്യക്കാർ പൊതുവെ ഇംഗ്ലണ്ടിൽ ചെന്ന് പി എച്ച് ഡി സമ്പാദിക്കുമായിരുന്നു. ഇന്ത്യയിൽ ആദ്യത്തെ ഡോക്ടറേറ്റ് നല്കിയ

ഖ്യാതി മുംബൈ യൂണിവേഴ്സിറ്റിക്കാണ്. കർണ്ണാടകത്തിൽ ധാർവാഡ് യൂണിവേഴ്സിറ്റിയാണ് ഈ ബിരുദം നല്കിയത്. അതേ യൂണിവേഴ്സി റ്റിയിൽനിന്നുതന്നെ കൽബുർഗിയും ഉന്നതബിരുദം നേടി.

ഗവേഷണത്തിന് ഗുണവും മേന്മയും കുറയുന്നുണ്ടെന്ന് കൽബുർഗി പരിഭവിക്കുന്നു. മാത്രമല്ല, ഗവേഷണം നടത്തി പി എച്ച് ഡി കരസ്ഥമാ ക്കുന്നവരുടെ എണ്ണവും കുറഞ്ഞുവരുന്നു. പുതിയ തലമുറ ഇതിനെ പ്രതി രോധ പ്രവർത്തനമായി കൊണ്ടു നടക്കുന്നില്ല. ഗവേഷണം ആകർഷക മല്ലാത്ത രംഗമായും മാറിയിരിക്കുന്നു. പണ്ടത്തെ ഗവേഷകരും ചിന്ത കരും കാലത്തെ തിരുത്തുവാൻ പോരാടിയവരാണ്. രൂഢമൂലമായിക്കിട ക്കുന്ന അനാവശ്യഘടകങ്ങളെ പറിച്ചുകളയാൻ ശ്രദ്ധിച്ചവരാണ്. ആ പാര മ്പര്യമാണ് ഗവേഷകർ തുടരേണ്ടത്.

കന്നഡ സമ്പാദനശാസ്ത്ര, കന്നഡ ഹസ്തപ്രതി ശാസ്ത്ര, കന്നഡ നാമ വിജ്ഞാന ശാസ്ത്ര എന്നിവ ഭാഷാവിദ്യാർത്ഥികൾക്ക് ഏറ്റവും വിലപ്പെട്ട ഗ്രന്ഥങ്ങളായി ഗണിക്കുന്നു. ഭാഷയിലെ ആദ്യഗ്രന്ഥം ഉടലെ ടുക്കാനിടയായ സാഹചര്യം, കാരണം, ലിപി വിന്യാസക്രമം തുടങ്ങിയ ഒട്ടേറെ കാര്യങ്ങളിലേക്ക് കൽബുർഗി വെളിച്ചം വീശുന്നു. സാഹിത്യം എന്നത് ഗ്രന്ഥങ്ങൾ കൂടാതെ ശിലാശാസനങ്ങളിലും താളിയോലകളിലും എന്നുമാത്രമല്ല വാമൊഴികളിലും വ്യാപിച്ചുകിടക്കുന്നു. ലിപി കണ്ടെത്തു ന്നതിനു മുമ്പ് വാമൊഴിയായിപ്രചരിച്ചതാണെല്ലാം. നാടൻപാട്ടുകളും കഥ കളും ചൊല്ലുകളും വാമൊഴിയായി പകർന്നു കിട്ടുന്നതാണ്. അവയിൽ ജനജീവിതം അലിഞ്ഞ് കിടപ്പുണ്ടാകും.

യാത്രയ്ക്ക് ഗോകർണ്ണം നന്ന്

രാത്രിക്ക് ശിവരാത്രി നന്ന്

നാടൻ കഥകൾ പറയാത്തവരും കേൾക്കാത്തവരും സ്വർഗ്ഗത്തിൽ പോകില്ലെന്നൊരു ചൊല്ല് കർണ്ണാടക ഗ്രാമങ്ങളിലുണ്ട്. നല്ല കഥാകാര ന്മാരെ യമദൂതൻ പ്രത്യേക സ്ഥാനം നല്കി ആദരിച്ച് റാണിമാർക്ക് കഥ പറഞ്ഞുകേൾപ്പിക്കാൻ നിയോഗിക്കുമത്രേ. ലോകത്ത് കഥകളുണ്ടായത് ഭൂമിയിലെ ജനങ്ങളുടെ സങ്കടങ്ങളും കഷ്ടപ്പാടുകളും ഇല്ലാതാക്കാനാ ണത്രേ. അഭിപ്രായങ്ങൾ സത്യമാണെന്ന് സമർത്ഥിക്കാൻ നാടൻ കഥ കളും ചൊല്ലുകളും പ്രയോഗിക്കുന്ന പതിവുണ്ട്.

വ്യക്തിനാമം, കുടുംബനാമം, ദേശനാമം എന്നിവയുടെ ആധാരശില അന്വേഷിച്ചു കണ്ടെത്തുന്ന കൃതിയാണ്. 'കന്നഡ നാമവിജ്ഞാന' പേരു കളുടെ പൊരുളറിയാനുള്ള ശ്രമമാണിത്. ഓരോ പേരിന്റെയും പിന്നിൽ ഓരോ കഥയുണ്ടാവും. കുന്നിൻനിരകൾ, പുഴകൾ, വൃക്ഷങ്ങൾ, ക്ഷേത്ര ങ്ങൾ തുടങ്ങിയവയെ അടിസ്ഥാനമാക്കിയും പേരുകളുണ്ടാവും. ഊരും പേരും തമ്മിലുള്ള ബന്ധം പ്രാചീനസംസ്കാരത്തെ വെളിപ്പെടുത്തുന്ന വയാണ്. സ്ഥലപ്പേർ, സ്ഥലചരിത്രം വെളിപ്പെടുത്തുന്നവയാണ് ഭരണാ ധികാരികളുടെ സാന്നിദ്ധ്യവും പേരിന്റെ നിഷ്പത്തിക്ക് നിദാനമാകും. സ്ത്രീകളുടെയും പുരുഷന്റെയും നാമങ്ങൾക്കു തമ്മിലും ഭേദം ദർശി

ക്കാം. സ്ത്രീകളെ 'ബായി' എന്ന് കൂട്ടിച്ചേർത്ത് വിളിക്കുന്ന പതിവുണ്ട്. പുതലിബായി, രമാബായി, കസ്തൂർബാബായി തുടങ്ങി ഉദാഹരണങ്ങൾ ഏറെയുണ്ട്. ബായി എന്നത് മറാത്തി സംസ്കാരത്തിന്റെ ഭാഗമായു ണ്ടായതാണെന്ന് വിശ്വസിക്കുന്നവരുണ്ട്. എന്നാൽ കൽബുർഗി കണ്ടെ ത്തിയത് 'അമ്മ' എന്ന അർത്ഥത്തിൽ ആ പദം കൂട്ടിച്ചേർക്കുന്നു എന്നാ ണ്. പുതലിബായി-പുതലി അമ്മ, കസ്തൂർബാബായി-കസ്തൂർബാ മാതാവ്.

പ്രാചീനകർണ്ണാടകത്തിലെ ജനസമുദായവുമായി ബന്ധപ്പെട്ട് ഒട്ടേ റെപേരുകൾ ഗ്രാമങ്ങൾക്ക് നല്കിയിട്ടുണ്ട്. ബേഡറ കോട്ടെ- എന്ന ഗ്രാമ പ്പേരുണ്ടായത് ബേഡർ- വേഡർ അധിവസിച്ച ഇടമായതുകൊണ്ടാണ്. കല്ലു ഗുഡ്ഡു- എന്നത് കല്ല് ഗുഡ്ഡു ചേർന്നുണ്ടായതാണ്. ചെന്നരായ പട്ടണം, ചാമരാജ നഗർ, കൃഷ്ണഗിരി എന്നിങ്ങനെ ഉദാഹരണങ്ങൾ ഏറെയുണ്ട്.

നാടൻ ഗവേഷകനെന്ന ഖ്യാതിയും കൽബുർഗിക്കുണ്ട്. ജനങ്ങളാണ് സംസ്കാരവും ചരിത്രവും സൃഷ്ടിക്കുന്നത്. ഇത് മനസ്സിലാക്കാതെയാണ് ചരിത്രരചന നടന്നുവരുന്നത്. അക്കാദമിക് സമീപനമല്ല ഇക്കാര്യത്തിലു ണ്ടാകേണ്ടത്. പാട്ടുകൾ, കഥകൾ, ചൊല്ലുകൾ, ആചാരങ്ങൾ കടങ്കഥ കൾ എന്നിവയ്ക്കെല്ലാം ആധാരവസ്തുതകൾ ഉണ്ടാവാം. *ജാനപദമാർഗ്ഗ-* എന്ന ഗ്രന്ഥത്തിലൂടെ കൽബുർഗി നാടോടി തനിമയിലേക്കിറങ്ങിച്ചെല്ലു ന്നു. ആദി സമുദായങ്ങളുടെ ജീവിതമാണ് പാട്ടിലും കഥയിലും അടയാ ളപ്പെടുത്തിയിരിക്കുന്നത്. നരവംശ ശാസ്ത്രജ്ഞന്മാർ ഇക്കാര്യം പഠന വിധേയമാക്കിയിട്ടുണ്ട്. നാടൻപാട്ടുകളുടെ കാലനിർണ്ണയത്തേക്കാൾ അവ പ്രകടിപ്പിക്കുന്ന ജീവിത ചിത്രങ്ങളാണ് കൽബുർഗി ഏറെ ശ്രദ്ധിച്ചത്. സുതാര്യവും സത്യസന്ധവുമായ മനസ്സുകൾ നെയ്തെടുത്ത നാടോടി സാഹിത്യങ്ങൾ സാമൂഹ്യ ജീവിതത്തിന്റെ തുടിപ്പാട്ടുകളാണ്. അനീതിയെ ചെറുക്കണമെന്നും നന്മകൾ പുലരണമെന്നുമുള്ള ആഗ്രഹം ഇവയി ലെല്ലാം നിഴലിക്കുന്നു. Oral Historians എന്ന പേരിൽ ഒരു വിഭാഗം തന്നെ വികസിച്ചുവരണമെന്ന് കൽബുർഗി പറയുന്നു.

ഉത്തര കർണ്ണാടകത്തിലെ ജനപദ പദ്യസാഹിത്യം എന്ന കൃതി തിയും കൽബുർഗിയുടെ പാണ്ഡിത്യത്തികവിന് തെളിവാണ്. ഊടും പാവും പോലെ ജനങ്ങളിൽ അലിഞ്ഞുചേർന്ന സംസ്കാരവിശേഷങ്ങൾ സാഹിത്യത്തിൽ പരിഗണിക്കേണ്ടതാണെന്ന് കൽബുർഗി പറയുന്നു. ജന പദ സാഹിത്യത്തെ അദ്ദേഹം മൂന്നു തരത്തിൽ പഠിക്കുന്നു. പുരുഷരുടെ പാട്ട്, സ്ത്രീകളുടെ പാട്ട്, കുട്ടികളുടെ പാട്ട്. ഇവയെത്തന്നെ ഉപജീ വനപ്പാട്ട്, ഉണർത്തുപാട്ട്, ഉത്സവപ്പാട്ട്, ഉത്സാഹപ്പാട്ട് എന്നിങ്ങനെയും തരം തിരിക്കുന്നു. ഗ്രാമീണജനങ്ങളിൽ ഭൂരിപക്ഷവും അസ്പൃശ്യ വിഭാഗ ത്തിൽ പെടുന്നവരാണ്. അവരാണെങ്കിൽ ചൂഷണവും അടിമത്തവും അനുഭവിക്കുന്നവരും അവരുടെ ഭക്ഷണം, വസ്ത്രം, പാർപ്പിടം, വിദ്യാ ഭ്യാസം, കൂലി എല്ലാം ആധിപത്യത്തിന് വിധേയമായിരുന്നു. പീഡന ത്തിന്റെ തീവ്രത അവരെക്കൊണ്ട് പാടിക്കുകയായിരുന്നു. നാട്ടുമൊഴി

സത്യമായിരിക്കും എന്ന ഇംഗ്ലീഷ് ചൊല്ല് കൽബുർഗിക്ക് മുന്നറിവായി ഉണ്ടായിരുന്നു.

ജനപദമാർഗ്ഗ എന്ന പേരിൽ കൽബുർഗിയുടെ ഒരു ഗ്രന്ഥമുണ്ട്. ഇരുപതുലേഖനങ്ങളിലായി അദ്ദേഹം പരിശോധിക്കുന്നത് പ്രധാനമായി ദൈവാരാധനാ പശ്ചാത്തലമാണ്. പഴയകാലം മുതൽ ജനങ്ങൾ ആരാധിച്ചുവരുന്ന ദേവതകളുടെ ഉല്പത്തി, പേരിന്റെ സവിശേഷത തുടങ്ങിയവ വസ്തുതകളെ അണിനിരത്തി കൽബുർഗി വിശദീകരിക്കുന്നു. ഒരേ ദേവത പലപേരുകളിൽ പലപ്രദേശങ്ങളിലും ആരാധിക്കപ്പെടുന്നുണ്ട്. ദേവതകളെല്ലാം ജൈനകാലത്തുണ്ടായതാണെന്ന് നിരീക്ഷിച്ച കൽബുർഗി ക്ഷത്രിയ കാലവും ബ്രാഹ്മണ കാലവും ലിംഗായത്തുകാലവും പിന്നിട്ട് ഇന്നത്തെ നിലയിലെത്തിച്ചേർന്നതെങ്ങനെയെന്ന് പരിശോധിക്കുന്നു.

ഹിന്ദു ശില്പങ്ങളെക്കുറിച്ചുള്ളതാണ് പ്രധാനപ്പെട്ട ഒരു ലേഖനം. ശില്പങ്ങളിൽ നഗ്നചിത്രങ്ങൾ ഏറെയാണ്. മിഥുന വിഗ്രഹം, നഗ്നഗൗരി, നഗ്ന ഭൈരവൻ എന്നിങ്ങനെ ഹിന്ദു ശില്പങ്ങൾ മൂന്നു തരത്തിൽ കാണപ്പെടുന്നുണ്ടെന്ന് കൽബുർഗി ഉദാഹരിക്കുന്നു. ഭക്തി എന്നാൽ ഭ്രാന്താവസ്ഥയിലേക്ക് നീങ്ങുന്ന അവസ്ഥയുണ്ടെന്ന് കൽബുർഗി ഓർമ്മിപ്പിക്കുന്നു. ബസവണ്ണന്റെ തന്നെ പ്രശസ്തമായ ഒരു വചനത്തിൽ പറയുന്നു:

ഭക്തിയെന്നാൽ ആത്മവിശുദ്ധിയിൽ-
നിന്നുയരും വാക്കുകൾ,
ഭക്തിയെന്നാൽ വാക്കിനുചേരും-
സൽക്കർമ്മങ്ങൾ....
തുലാസ്സിൻ തട്ടിലിട്ടു തൂക്കിയാൽ
ഏറ്റക്കുറച്ചിലുണ്ടാകരുത്

11

ഇരുളിന് നീളം കൂടുന്നു

ബസവണ്ണന്റെ ജീവിതം പ്രതിപാദിക്കുന്ന ഒരു നോവലാണ് *ഇരു ളിന് നീളം കൂടുന്നു.* കർണ്ണാടകയിലെ *ധർമ്മകാരണ* എന്ന നോവലിന്റെ പരിഭാഷയാണത്. ഞാൻ തർജ്ജമ ചെയ്ത ആ നോവൽ കർണ്ണാടക ത്തിൽ കോലാഹലം സൃഷ്ടിച്ചിരുന്നു. കർണ്ണാടകത്തിൽ നോവലിന് നിരോധനം ഏർപ്പെടുത്തുകയും ചെയ്തു. മതഭ്രാന്തിന്റെ മഹാശാപം നിലനില്ക്കുന്ന സംസ്ഥാനമാണ് കർണ്ണാടകം. ജാതിവികാരം അഗ്നിയായി അവിടെ ആളിക്കത്താറുണ്ട്. സാമൂഹ്യജീവിതത്തെ വിമർശനാത്മകമായി പരിശോധിക്കുന്ന സമീപനത്തെ ആക്രമിച്ച് നശിപ്പിക്കുവാൻ വർഗ്ഗീയ വാദികൾ എന്നും ശ്രമിച്ചിട്ടുണ്ട്. കേരളംപോലുള്ളൊരു സംസ്ഥാനത്തു കഴിയുന്നവർക്ക് അമ്പരപ്പും ഞെട്ടലും ഉളവാക്കുന്നതാണ് ഉത്തരേന്ത്യ യിലും മറ്റും നടന്നുകൊണ്ടിരിക്കുന്ന സംഭവങ്ങൾ.

കൽബുർഗി എന്ന എഴുത്തുകാരന്റെ കൊലപാതകം വർഗ്ഗീയാന്ധ കാരത്തിൽനിന്ന് നാട് മോചനം നേടിയിട്ടില്ല എന്നതിന്റെ തെളിവാണ്. ഇന്ത്യയുടെ സാംസ്കാരിക സമ്പന്നത തകർന്നുവീഴുകയാണെന്ന് സാഹി ത്യകാരന്മാരും കവികളും അഭിപ്രായപ്പെട്ടു. നാട് ഭരിക്കുന്നവർക്ക് സാഹി ത്യകാരന്റെ വാക്കുകൾ കേൾക്കാൻ നേരമുണ്ടാകില്ലെന്ന് പറയാറുണ്ട്. വിവാദ മാർഗ്ഗത്തിൽ സഞ്ചരിക്കുന്ന കൽബുർഗി വിളിച്ചുപറയുന്നതിലെ യുക്തി പരിശോധിക്കാൻ ആരും തുനിയുന്നില്ല. പരമ്പരാഗത സങ്കല്പ ങ്ങൾ ഉടവുതട്ടാതെ നിലനിർത്തണമെന്ന് ആഗ്രഹിക്കുന്നവർക്ക് കൽബുർഗിയെപ്പോലുള്ളവർ വിലങ്ങുതടിതന്നെ. പന്ത്രണ്ടാം നൂറ്റാണ്ടിലെ ബസവണ്ണൻ ചിന്തിച്ചതെല്ലാം കൽബുർഗിയും ചിന്തിച്ചു. ബസവണ്ണന്റെ പരിഷ്കരണ സംരംഭങ്ങൾ അദ്ദേഹവും കൈക്കൊണ്ടു. എല്ലാറ്റിന്റെയും കാതൽ മാനവികതയായിരുന്നു. മനുഷ്യരെല്ലാം ഒരുപോലെ ജനിക്കുന്നു, ഒരുപോലെ മരിക്കുന്നു. ഹിന്ദുവോ ഇസ്ലാമോ ക്രിസ്ത്യാനിയോ ആയി

ആരും തന്നെ ഈ മണ്ണിൽ ജനിക്കുന്നില്ല. ജന്മമെടുത്തതിനുശേഷം ജാതിവിശേഷണം തുന്നിച്ചേർക്കുകയാണ്. ബസവണ്ണ പന്ത്രണ്ടാം നൂറ്റാ ണ്ടിലെ വിപ്ലവകാരിയായ പോരാളിയായിരുന്നു. കൽബുർഗി ഇരുപ ത്തൊന്നാം നൂറ്റാണ്ടിലെ വിപ്ലവകാരിയും. അയിത്തം, പൗരോഹിത്യം, ബ്രാഹ്മണാധിപത്യം എന്നിവയ്ക്ക് വേദസമ്മതിയില്ലെന്ന് ബസവണ്ണയെ പ്പോലെ കൽബുർഗിയും അഭിപ്രായപ്പെട്ടു. വിഗ്രഹാരാധനയും അന്ധ മായ ഈശ്വരാരാധനയും തള്ളിക്കളയണം. ബസവണ്ണ മത വർഗ്ഗീയവാദി കളിലെ കണ്ണിലെ കരടായിരുന്നു. വേദം ആർക്കും പഠിക്കാം, പഠിപ്പിക്കാം. ബഹുദൈവ വിശ്വാസം തെറ്റാണ്. ഈശ്വരൻ ഏകനാണ്. പലപേരുക ളിൽ വിളിക്കുന്നെന്നേയുള്ളൂ. ഈശ്വരൻ അദ്ധ്വാനമാണ്. അദ്ധ്വാനിക്കു ന്നവരെ ആദരിക്കലാണ് ഈശ്വര പൂജ. ബസവണ്ണയെ പുരസ്കരിച്ച് ഇത്തരം സത്യങ്ങൾ കൽബുർഗി വിളിച്ചുപറഞ്ഞു. അതുകൊണ്ടുതന്നെ അദ്ദേഹത്തെ തെരഞ്ഞുപിടിച്ച് കൊലപ്പെടുത്തി.

ഹിംസ, സാഹിത്യത്തെയും കടന്നാക്രമിക്കുന്നു. അത്യന്തം ഭീകര മാണ് ഇന്ത്യനവസ്ഥയെന്ന് ഇതെല്ലാം തെളിയിക്കുന്നു. മനസ്സ് വികൃത മായവരുടെ പൈശാചിക കൃത്യമെന്നേ പറയാനാവൂ. മതനിരപേക്ഷത ആഗ്രഹിക്കുന്ന പൗര സമൂഹം ശിരസ്സുകുനിക്കാൻ ഇടയുണ്ടാക്കുന്ന സാഹചര്യങ്ങൾ. സ്നേഹ ജീവിയായ കൽബുർഗി ഒരു തവണ തലകു നിച്ചതാണ്. വീണ്ടും വീണ്ടും സംഭവങ്ങൾ ആവർത്തിക്കപ്പെടുമ്പോൾ ആ ഗവേഷകനിലെ മനുഷ്യത്വം ഉണർന്നെഴുന്നേറ്റു. വർഗ്ഗീയവാദികളിലെ കണ്ണിലെ കരടായിത്തീർന്നപ്പോൾ കുറ്റാരോപണവും വിചാരണയും ശിക്ഷ നടപ്പാക്കലുമെല്ലാം ഒന്നിച്ചു നടന്നു. ഗാന്ധിജിയെ കൊന്നതു പോലെ എന്നു പണ്ഡിതലോകം വിലയിരുത്തി. ഇരുളിന് നീളം കൂടി ക്കൊണ്ടേയിരിക്കുന്നു. ഇരുണ്ട മേഘത്തിനുപിന്നിൽ പ്രകാശം വരാതിരി ക്കില്ലെന്ന് കൽബുർഗി പറയുന്നു.

ബസവണ്ണയുടെ കുട്ടിക്കാലത്തെ ഒരനുഭവം പ്രത്യേകം പരാമർശി ക്കപ്പെടേണ്ടതാണ്. ജാതിചിന്തകൾ കുടഞ്ഞുകളഞ്ഞ് പ്രതിഷേധിച്ച ബസ വണ്ണ ഭ്രഷ്ടനായി വീട്ടിൽനിന്ന് ഇറങ്ങിപ്പോകുന്നു.അഗ്രഹാരത്തിൽ പിറന്ന ബ്രാഹ്മണനാണ് ബസവണ്ണ. അസ്പൃശ്യത അതികഠിനമായി നില നിന്ന കാലം. ബസവണ്ണന്റെ സുഹൃത്തുക്കളിൽ കൂടുതലും അസ്പൃശ്യ രായിരുന്നു. ഒരിക്കൽ 'കേത' എന്ന സുഹൃത്ത് രോഗം ബാധിച്ച് ചാല യിൽ കിടപ്പായി. അവനെ കാണണമെന്ന് ബസവണ്ണ ആഗ്രഹിച്ചു. അഗ്ര ഹാരിയെന്ന് നോക്കാതെ അദ്ദേഹം കീഴാളരുടെ ചേരിയിൽ ചെന്ന് സുഹൃ ത്തിനെ കണ്ടു. വളരെ സമയം അവന്റെ സമീപത്തിരുന്ന് ആശ്വസിപ്പി ച്ചു. ഇത് വലിയ കോലാഹലം സൃഷ്ടിച്ചു. അഗ്രഹാരത്തിന്റെ അധികാ രികൾ ബസവണ്ണയെ വിചാരണ ചെയ്തു. പൂണൂലിട്ട ബ്രാഹ്മണൻ അഗ്ര ഹാരത്തിന്റെ കീഴ്‌വഴക്കങ്ങൾ ലംഘിച്ചിരിക്കുന്നു. പൂണൂലിട്ട് ബ്രാഹ്മണ്യ ത്തിന് കളങ്കം വരുത്തിവെച്ച ബസവണ്ണനെ ഭ്രഷ്ടനാക്കാനായിരുന്നു കല്പന. മനുഷ്യരെ ജാതി പറഞ്ഞ് അയിത്തം കല്പിച്ച് വേർതിരിച്ച്

നിർത്തുന്ന നീതികേടിനെ ബസവണ്ണ എതിർത്തു. കാരുണ്യമില്ലാത്ത മതം കൊണ്ടെന്തു കാര്യം എന്നദ്ദേഹം ചോദിച്ചു. ഒടുവിൽ ജാതി ചിഹ്ന മായ പൂണൂൽ ദേഹത്തുനിന്നും പൊട്ടിച്ചെടുത്ത് വലിച്ചെറിഞ്ഞു. ബസ വണ്ണ മനുഷ്യപക്ഷം ചേരുകയായിരുന്നു. കൽബുർഗിയെ ഈ സംഭവം ഉത്തേജിപ്പിക്കുകയുണ്ടായി. പൂണൂൽ എന്ന ജാതിചിഹ്നം കുടഞ്ഞുകള യുന്ന പ്രവണത പില്ക്കാലത്തെല്ലാം കർണ്ണാടകത്തിലും കേരളത്തിലു മുണ്ടായി. പഠിക്കുന്ന കാലത്തുതന്നെ നിരഞ്ജന പൂണൂൽ പൊട്ടി ച്ചെറിഞ്ഞിരുന്നു. ഇ എം എസും സുഹൃത്തുക്കളും പൂണൂൽ ദഹനവും കുടുമമുറിക്കലും നടത്തി. സമുദായം എത്തിച്ചേർന്ന മഹാനരകത്തെപ്പറ്റി ഇവരെല്ലാം ബോധവാന്മാരായിരുന്നു. കൽബുർഗി സമുദായത്തിന്റെ മതി ലിനപ്പുറത്തേക്ക് മാറ്റത്തിന്റെ മുഴക്കമെത്തിക്കാൻ ശ്രമിച്ചു.

'എല്ലാ കുഞ്ഞുങ്ങളും ജനിക്കുമ്പോൾ വിശ്വമാനവന്മാരാണ്. പക്ഷേ, വളർന്നുവരുമ്പോൾ നമ്മൾ അവരെ സങ്കുചിത മാനവരായി മാറ്റുന്നു' എന്നു പറഞ്ഞത് കന്നഡ മഹാകവി കുവെമ്പുവാണ്. വിശ്വമനുഷ്യനായി ജനിച്ച ആ കുഞ്ഞിനെ ജാതി, ഭാഷ, വർണ്ണം, ദേശം എന്നിത്യാദികൾ കൊണ്ട് ബന്ധിപ്പിക്കുന്നെന്നും മഹാകവി ചൂണ്ടിക്കാട്ടി. അവയെല്ലാം അതിജീവിക്കാൻ നമുക്ക് കഴിയണം. മനുഷ്യരുടെ ജാതി മനുഷ്യത്വം എന്ന് ശ്രീനാരായണഗുരു ചൂണ്ടിക്കാട്ടിയതുപോലെ കുവെമ്പുവും മനു ഷ്യജാതി ഒന്നുമാത്രമെന്നു സൂചിപ്പിച്ചു. സമൂഹനന്മയാണ് നമ്മളെല്ലാം ലക്ഷ്യം വെക്കേണ്ടതെന്ന് കൽബുർഗിയും കൂട്ടിച്ചേർത്തു. പാണ്ഡിത്യം മുഴുവൻ ബ്രാഹ്മണരിലാണ് ഒതുങ്ങിക്കൂടിയിരിക്കുന്നതെന്ന ധാരണയും തെറ്റാണെന്ന് അദ്ദേഹം സമർത്ഥിക്കുന്നു. അംബേദ്കർ സൂചിപ്പിക്കുന്നത് ശ്രദ്ധിക്കുക: "ബ്രാഹ്മണർക്ക് ഇന്നുള്ള സ്ഥാനത്തിനും അധികാരത്തിനും കാരണം ഹിന്ദുനാഗരികത മാത്രമാണ്. അത് ബ്രാഹ്മണരെ അതിമാനു ഷരായി കണക്കാക്കി. താഴ്ന്ന വർഗ്ഗങ്ങളുടെ മീതെ എല്ലാ അവശതകളും അടിച്ചേല്പിച്ചു."

'ആധുനിക കാലത്തെ ബസവണ്ണ' എന്നാണ് കൽബുർഗിയെ വിശേ ഷിപ്പിക്കുന്നത്. കൽബുർഗിയുടെ ജനനം ബസവണ്ണന്റെ ദേശത്താണ്. ചെറുപ്പം തൊട്ടേ ഉച്ചനീചത്വത്തിന്റെ അതിർവരമ്പുകൾ മാറിനടക്കുവാ നാണ് ബസവണ്ണയെപ്പോലെ കൽബുർഗിയും ചെയ്തത്. അയിത്തം എന്നത് ഏറ്റവും നിന്ദ്യമായ സാമൂഹ്യ ദുരാചാരമായിരുന്നു. ഈ അയി ത്താചാരണത്തിന് സവർണ്ണർ കൂട്ടുപിടിക്കുന്നത് വേദ-ശാസ്ത്ര-പുരാ ണങ്ങളെയാണ്. എന്നാൽ അശുദ്ധി കല്പിച്ച് ആരെയും മാറ്റി നിർത്തു ന്നത് ശരിയല്ല. ഒരു വ്യക്തിയും ഒരു മതത്തിലും പിറക്കുന്നില്ല. പരസ്പര ബഹുമാനത്തോടെയും പ്രീതിയോടെയും എല്ലാവർക്കും കഴിയാനവസ രമുണ്ടാക്കണം.

കൽബുർഗിയുടെ പ്രസംഗവും എഴുത്തുമെല്ലാം മതതീവ്രവാദിക ളിൽ വിദ്വേഷം വളർത്തുന്നതായിരുന്നു. സവർണ്ണ ഹിന്ദു സമൂഹം സർവ ശ്രേഷ്ഠമെന്ന് വിശ്വസിക്കുന്നവരെയാണ് അദ്ദേഹം ചോദ്യം ചെയ്തത്.

വസ്തുവും കണ്ണും കൂടിച്ചേരുമ്പോഴുണ്ടാകുന്ന സാമാന്യ അനുഭവമാണ് കാഴ്ച എന്ന് കൽബുർഗി ഒരു വചനത്തിൽ പറയുന്നുണ്ട്. കൽബുർഗി യുടെ വിശ്വാസപ്രമാണം തന്നെയാണിത്. അദ്ദേഹം പേനകൊണ്ട് വസ്തു തകൾ കുഴിച്ചെടുക്കുകയായിരുന്നു. കണ്ണുകൊണ്ടവ സംസ്കരിച്ചെടുത്ത് ജനസാമാന്യത്തിന്റെ അനുഭവമാക്കിത്തീർത്തു. കണ്ണുണ്ടായിട്ടും കാണാതെ പോകരുത്. കാതുണ്ടായിട്ടും കേൾക്കാതെ മാറിനില്ക്കരുത്. സത്യം എന്നാൽ അനുഭവം തന്നെ. ഉദാഹരണത്തിന് 'വിശപ്പ്' ഒരു സത്യ മാണ്. അതെല്ലാവർക്കും അനുഭവപ്പെടും. സവർണ്ണനും അവർണ്ണനും വിശപ്പ് ഒന്നു തന്നെ. പരിഹാരവും ഒന്നുതന്നെ. ഭക്ഷണം. വിശപ്പെന്ന അനുഭവം ആഹാരമെന്ന യാഥാർത്ഥ്യത്തിലെത്തിക്കുന്നു. മാനവീയത യെന്ന അനുഭവം മാതാതീത മനുഷ്യനെന്ന യാഥാർത്ഥ്യത്തിലേക്ക് നയി ക്കുന്നു.

കൽബുർഗിയുടെ കൊലപാതകത്തെത്തുടർന്ന് രാജ്യമെങ്ങും പ്രതി ഷേധം ആളിക്കത്തി. പലരും അക്കാദമി അവാർഡുകൾ തിരികെ നല്കി. അപലപനീയ കൃത്യമെന്ന് സാംസ്കാരിക നായകരെല്ലാം പ്രതികരിച്ചു. ബംഗളൂരിലും ധാർവാഡിലുമുള്ള കൽബുർഗി അനുകൂലികളായ എഴു ത്തുകാർക്ക് പൊലീസ് സംരക്ഷണമേർപ്പെടുത്തി. ഇങ്ങനെ ഏർപ്പെടു ത്തിയ വ്യക്തികളിൽ പ്രമുഖൻ പ്രൊഫ. കെ എസ് ഭഗവാനാണ്. വർഗ്ഗീ യവാദികളുടെ അടുത്ത ഇര അദ്ദേഹമാണെന്ന് സോഷ്യൽ മീഡിയകളി ലൂടെ പ്രചരിച്ചു. മരണത്തെ ഭയക്കാതെ അദ്ദേഹം പ്രതികരിക്കുന്നു. കൽബുർഗിയും കെ എസ് ഭഗവാനും ഒരേ പാതയിൽ സഞ്ചരിക്കുന്നവ രാണ്. അന്ധവിശ്വാസ നിർമ്മാർജ്ജനം തന്നെ ഇരുവരുടെയും ലക്ഷ്യം. ഹിന്ദുമതത്തിന്റെ സാംഗത്യം ഇരുവരും ചോദ്യം ചെയ്തു. ഒരാളെ വെടി വെച്ചുകൊല്ലാൻ എളുപ്പമാണ്. എന്നാൽ അദ്ദേഹം കണ്ടെത്തിയ സത്യ ങ്ങളെ തോക്കുകൊണ്ട് തകർക്കാനാവില്ല. ഭഗവാന്റെ ഒരു ഗ്രന്ഥത്തിലെ ചില പരാമർശങ്ങൾ കേസിന് വഴിവെക്കുകയുണ്ടായി. കൽബുർഗി ആ സന്ദർഭത്തിൽ കെ എസ് ഭഗവാനെ കണ്ട് വേണ്ട ഉപദേശനിർദ്ദേശങ്ങൾ നല്കുകയുണ്ടായി.

ഒരെഴുത്തുകാരന് എത്രകാലം പൊലീസ് കാവലിൽ ജീവിക്കാനാ വും? സൃഷ്ടി നടത്തുമ്പോൾ കാവൽ, പ്രസംഗിക്കുമ്പോൾ കാവൽ- ഈ നില എന്തു പറഞ്ഞാണ് വർഗ്ഗീയവാദികൾ ന്യായീകരിക്കുക. കൽബുർഗിയും കെ എസ് ഭഗവാനും ആരെയും കൊന്നിട്ടില്ല, കട്ടിട്ടില്ല, ക്രിമിനൽ കുറ്റമൊന്നും ചെയ്തിട്ടില്ല. സ്വർണ്ണഖനിയിൽ എന്നതുപോലെ ഭാഷയുടെ, സാഹിത്യത്തിന്റെ, ചരിത്രത്തിന്റെ ഉള്ളറകളിലെല്ലാം മുങ്ങി ത്തപ്പി വസ്തുതകൾ കണ്ടെത്തി. അവയാകട്ടെ നിലനില്ക്കുന്ന അനുഭ വങ്ങളെ ചോദ്യം ചെയ്യുന്നതായിരുന്നു. മറ്റുള്ളവർ പറയുന്നത് ക്ഷമ യോടെ കേൾക്കാൻ തയ്യാറല്ലാത്തവർ ആക്രമണത്തിന് മുന്നിട്ടിറങ്ങി. 'സഹിഷ്ണുത സ്വർണ്ണംപോലെ' എന്ന് പ്രാചീന കന്നഡ കാവ്യത്തിൽ സൂചിപ്പിക്കുന്നുണ്ട്. എഴുത്ത് ഒരു രാഷ്ട്രീയ പ്രവർത്തനം എന്ന് യു ആർ

അനന്തമൂർത്തിയും അഭിപ്രായപ്പെട്ടിട്ടുണ്ട്. വർഗ്ഗീയതക്കെതിരായ സമര
ത്തിൽ താനും അണിനിരക്കുമെന്ന് ആശുപത്രിയിൽ കഴിയുമ്പോഴും അന
ന്തമൂർത്തി പറയുകയുണ്ടായി. ജീവിക്കണമെങ്കിൽ പോരാടണം,
സ്നേഹിക്കണമെങ്കിലും പോരാടണമെന്ന് സഫ്ദർ ഹാശ്മി പറഞ്ഞതും
നമുക്ക് മുന്നറിവായുണ്ട്.

കൽബുർഗിയെ അഞ്ചുതവണ കർണ്ണാടക സാഹിത്യ അക്കാദമി
ആദരിച്ചിട്ടുണ്ട്. കർണ്ണാടക സർക്കാരിന്റെ ഏറ്റവും ശ്രേഷ്ഠ പുരസ്കാര
മായ പമ്പ അവാർഡും ലഭിച്ചു. ബഹുമതികളും ആദരവുംകൊണ്ടൊന്നും
ഫാസിസ്റ്റ് ശക്തികളെ തടയാനായില്ല. ഒഴുക്കിനെതിരെ നീന്തിയ
കൽബുർഗിയെ ശാരീരികമായി ആക്രമിച്ച് കീഴടക്കി. ധൈഷണികമായ
സംഭാവനകൾ ജീവിക്കുകതന്നെ ചെയ്യും.

മതപരമായ വിലക്കുകൾ അനേകം രൂപത്തിൽ പ്രകടമാണെന്ന്
അംബേദ്കർ വിവരിക്കുന്നുണ്ട്. ഇവയിൽ ഏറ്റവും പ്രധാനം സമ്പർക്കം
നിരോധിക്കലാണ്. 'അശുദ്ധം' എന്ന പദം കൊണ്ടാണ് ഈ വിലക്ക് കെട്ടി
യുയർത്തുന്നത്. അശുദ്ധ വ്യക്തി, അശുദ്ധ വസ്തു എന്നും മറ്റും
കല്പിച്ച് അകറ്റി നിർത്തുന്ന രീതിയാണ്. ശുദ്ധ വ്യക്തികളെ ഇവർ തൊട
രുത്. കാണാനും പാടില്ലെന്ന് വിധിയുണ്ട്. തൊടുന്നതുപോലെ കാണു
ന്നതും അനുഭവിക്കുന്നതും സമ്പർക്കം തന്നെ. വാക്കുച്ചാരണവും
സമ്പർക്കത്തിൽ പെടും. ഇങ്ങനെ ശുദ്ധത്തിന്റെ പട്ടികയിൽപ്പെടുത്തിയ
വസ്തുക്കൾ അശുദ്ധർ കാണുന്നതും തൊടുന്നതും പറയുന്നതും കുറ്റ
കരമായി കണക്കാക്കുന്നു. കൽബുർഗി ഈ വിഷയത്തിൽ ഏറെ അന്വേ
ഷണം നടത്തി. വിശുദ്ധികൊണ്ട് വേർതിരിവ് പുലർത്തുന്ന ആപത്തിനെ
പ്പറ്റി അദ്ദേഹം മുന്നറിവ് നല്കുന്നു.

ആരാണ് അസ്പൃശ്യർ എന്നത് എക്കാലത്തെയും ചോദ്യമാണ്.
അല്ലെങ്കിൽ അങ്ങനെ ഒരു ജനവിഭാഗമുണ്ടോ? കൽബുർഗിക്ക് വ്യക്ത
മായ മറുപടിയുണ്ടായിരുന്നു. അസ്പൃശ്യർ വാസ്തവത്തിൽ ദുഷ്കർമ്മി
കളാണ്. കർണ്ണാടകത്തിലെ പ്രശസ്ത സാഹിത്യകാരൻ ഡി ജനരേഗൗ
ഡയുടെ അഭിപ്രായം ഇവിടെ പ്രസക്തമാണ്:

ഹിന്ദുമതത്തെപ്പറ്റി എനിക്കല്പം പോലും ആദരവില്ല. വിവേചനം
പ്രകടിപ്പിക്കുന്ന മതം ഒരു മതമേയല്ല. ഞാൻ ഇരുപത്തിയഞ്ചു
വർഷമായി വീട്ടിൽ യേശുക്രിസ്തുവിന്റെ പടംവെച്ച് പൂജിക്കുന്ന
ആളാണ്. വേറെ ദേവന്മാരുടെ പടമൊന്നും പൂജാമുറിയിലില്ല.
മനുഷ്യരുടെ ഹൃദയങ്ങളാണ് ദൈവത്തിന്റെ ഇരിപ്പിടം. ആരോടും
ശത്രുത വേണ്ട. തെറ്റു ചെയ്തവന് മനഃപരിവർത്തനമുണ്ടാകട്ടെ
എന്നാണ് യേശുക്രിസ്തു ഉപദേശിച്ചത്. എല്ലാവരിലും യേശു
സമത്വം ദർശിച്ചു. എന്നാൽ ഹിന്ദുമതം വേർതിരിവ് കൊണ്ടുനട
ക്കുന്നു. വേർതിരിവ് ഇല്ലാതാക്കാൻ ആ മതം ആഗ്രഹിക്കുന്നില്ല.
അതുകൊണ്ട് ഹിന്ദുവായ ഞാൻ യേശുക്രിസ്തുവിനെ പൂജി
ക്കുന്നു. ദിവസത്തിൽ ഒരു തവണയെങ്കിലും ഓർമ്മിക്കുന്നു.

മലയാളത്തിന്റെ കഥാകാരൻ ഇതിനുസമാനമായ ഒരഭിപ്രായം പ്രക ടിപ്പിച്ചിട്ടുണ്ട്:

ഞാൻ സ്വമനസ്സാലെ ഹിന്ദുവായയവനല്ല. ഹിന്ദുവായ അച്ഛനും അമ്മയ്ക്കും പിറന്നതുകൊണ്ട് ഹിന്ദുവായിപ്പോയവനാണ്. ഹിന്ദു വാണെന്ന് പറയാൻ എനിക്കല്പം പോലും മടിയില്ല, എന്നല്ല അഭി മാനം ഉണ്ടുതാനും. ഞാൻ ഹിന്ദുമതം മനസ്സിലാക്കിയത് ബാൽതാ ക്കറെയിൽനിന്നോ ഗോപാൽഗോഡ്സെയിൽനിന്നോ ഉമാഭാരതി യിൽനിന്നോ അല്ല. രാമകൃഷ്ണ പരമഹംസരിൽനിന്നും വിവേ കാനന്ദനിൽനിന്നും ഷിർദിബാബയിൽനിന്നും രമണ മഹർഷി യിൽനിന്നും ശ്രീനാരായണഗുരുവിൽ നിന്നുമാണ്. ഹിന്ദുമതത്തിൽ മാത്രമാണ് അസഹിഷ്ണുക്കൾ ഉള്ളതെന്ന് ഞാൻ ധരിക്കുന്ന തായി കരുതരുത്. ആധുനിക സമൂഹത്തിൽ മതങ്ങളുടെയും ദേശ ങ്ങളുടെയും അതിരുകൾ ഉല്ലംഘിച്ചുകൊണ്ട് ഈ പ്രവണത വള രുകയാണ്. വർഷങ്ങൾക്കുമുമ്പ് യൂറോപ്പിന്റെ പറന്നു പൊങ്ങിയ അന്ധകാരം കണ്ട് ഭയചകിതനായ ഒരു മനുഷ്യസ്നേഹി പറഞ്ഞു, "വിളക്കുകൾ ഓരോന്നായി കെടുകയാണ്" ഇവിടെയും അങ്ങനെ സംഭവിക്കുകയാണോ എന്നാലോചിക്കേണ്ട സമയമാ യില്ലേ.

പത്മനാഭൻ ഉൽക്കണ്ഠപ്പെട്ടതുപോലെ സമൂഹത്തിൽ വെളിച്ചം പകർന്ന വ്യക്തികളെ ഓരോന്നായി ഇല്ലാതാക്കുകയാണ്. അസത്യത്തിൽ നിന്ന് സത്യത്തിലേക്ക് എന്നാണ് ഭാരതീയ ഋഷികൾ ആഹ്വാനം ചെയ്ത ത്. കൽബുർഗി സത്യം അന്വേഷിച്ച് സഞ്ചരിക്കുകയായിരുന്നു. അദ്ദേഹ ത്തിന്റെ തൂലിക ഭീരുവിന്റെ ആയുധമായിരുന്നില്ല. പേന കൊണ്ടദ്ദേഹം പൊരുതി. അന്ധവിശ്വാസത്തെ തുടച്ചുമാറ്റാൻ ശ്രമിച്ചു. അദ്ദേഹത്തെ നിശ്ശ ബ്ദനാക്കാൻ നിരന്തരശ്രമം നടന്നു. ഇടതുപക്ഷചിന്തകരും കലാകാര ന്മാരും കൽബുർഗിക്ക് പിന്തുണയുമായെത്തി. യുക്തിവാദപ്രവർത്തകർ പിൻബലം നല്കി. പക്ഷേ, അനുഭവം നമ്മെയെല്ലാം ഞെട്ടിക്കുന്നതായി രുന്നു. വർഗ്ഗീയതയുടെ വലയിൽക്കുടുങ്ങുന്ന ചെറുപ്പക്കാർ നാടിന്റെ ശാന്തിയും സമാധാനവും തകർത്തെറിയുന്ന നിലയിലേക്ക് നീങ്ങുന്നു.

ഔറംഗസീബ് മുഗൾചക്രവർത്തിയായിരുന്നല്ലോ, ഒരു ദിവസം അദ്ദേഹത്തിന്റെ ഗുരുനാഥൻ പരവശനായി ചക്രവർത്തിയുടെ മുന്നിലെത്തി. 'നിന്നെ പഠിപ്പിച്ച ഗുരുവാണ് ഞാൻ. അദ്ദേഹം പറ ഞ്ഞു. ഞാനിപ്പോൾ വളരെ കഷ്ടപ്പാടിലാണ്. വയസ്സായ ഈ ഗുരു നാഥനെ സഹായിക്കണം.' ഇതുകേട്ട് ഔറംഗസീബ് പറഞ്ഞതി ങ്ങനെയാണ്. 'നിങ്ങളെന്റെ ഗുരുനാഥനെന്നത് വാസ്തവമാകാം. എന്നാൽ നിങ്ങളെന്നെ പഠിപ്പിച്ചത് ഖുർ ആൻ മാത്രമാണ് ശ്രേഷ്ഠം എന്നാണ്. അതു പഠിച്ച് എന്റെ മനസ്സ് ജാതിവികാരങ്ങൾകൊണ്ട്

സങ്കുചിതമായിത്തീർന്നു. പകരം എല്ലാ മതങ്ങളും സത്യമാ ണെന്നും എല്ലാ മതഗ്രന്ഥങ്ങളും ശ്രേഷ്ഠമാണെന്നും പഠിപ്പിച്ചിരു ന്നെങ്കിൽ സഹായം മാത്രമല്ല, എന്റെ സാമ്രാജ്യം തന്നെ നല്കു മായിരുന്നു.

ഒരു ദിവസം ബസവണ്ണയും കുട്ടികളും കളിച്ചുകൊണ്ടിരിക്കുകയാ യിരുന്നു. ഒരു പുഴയുടെ കരയിലുള്ള മൈതാനത്താണ് കളിച്ചുകൊണ്ടി രുന്നത്. കളിക്കിടയിൽ വെള്ളം കുടിക്കാനിറങ്ങിയ ഒരു കുട്ടി കാൽവ ഴുക്കി പുഴയിൽ വീണു. അവൻ അസ്പൃശ്യജാതിയിൽപ്പെട്ടവനായിരു ന്നു. വെള്ളത്തിൽ മുങ്ങിപ്പൊങ്ങുന്ന അവനെ രക്ഷിക്കാൻ ആരും തയ്യാ റായില്ല. അസ്പൃശ്യരെ തൊടുന്നത് ശിക്ഷാർഹമായിരുന്നു. എന്നാൽ ബസവണ്ണയ്ക്ക് നോക്കിനില്ക്കാനായില്ല. അദ്ദേഹം വെള്ളത്തിലേക്ക് എടു ത്തുചാടി ആ ബാലനെ രക്ഷപ്പെടുത്തി. അവന്റെ വയറമർത്തി വെള്ളം ചർദ്ദിപ്പിച്ചു. അങ്ങനെ ബസവണ്ണ ആ ദളിത്ബാലന്റെ ജീവൻ രക്ഷിച്ചു. എന്നാൽ അഗ്രഹാരത്തിലുള്ളവർ അവനെതിരെ പരാതി നല്കി. കുറ്റ ത്തിന് തക്ക ശിക്ഷ നല്കണമെന്നാവശ്യപ്പെട്ടു. അഗ്രഹാരത്തിന്റെ അധി പൻ തല്ക്കാലം ബസവണ്ണന് മാപ്പ് നല്കി. ശിവരാമകാരന്തിന്റെ *ചോമന്റെ തുടി* എന്ന നോവലിൽ ഈ രംഗം ആവർത്തിക്കുന്നുണ്ട്. ചോമന്റെ മകൻ വെള്ളത്തിൽവീണ് മുങ്ങിത്താഴുന്നത് സവർണ്ണർ നോക്കിനില്ക്കുകയാ യിരുന്നു.

മനുഷ്യൻ എത്ര മധുരവും മനോഹരവും എന്നർത്ഥം വരുന്ന ഒരു ആപ്തവാക്യം മാക്സിം ഗോർക്കിയുടേതായുണ്ട്. ആ മനുഷ്യൻ ചപ ലനും ക്രൂരനും മൃഗതുല്യനുമായിത്തീരുമ്പോൾ കൽബുർഗിയെപ്പോലുള്ള എഴുത്തുകാർ ആക്രമിക്കപ്പെടുന്നു.

കല്ലെത്രകാലം വെള്ളത്തിലിട്ടാലും
കുതിർന്ന് പതമാവില്ല.
കല്ലുമനസ്സുള്ളവർ
എത്രകാലം ഭജിച്ചാലും
ഫലമുണ്ടാവില്ല.

12

കെ എസ് ഭഗവാൻ:
ഫാസിസത്തിന്റെ അടുത്ത ഇര

പ്രശാന്തസുന്ദരമായ കണ്ണൂരിലെ പയ്യാമ്പലം കടലോരത്തെ ഗസ്റ്റ് ഹൗസിൽ കടലിലേക്ക് നോക്കിക്കൊണ്ടാണ് ഫാസിസത്തിന്റെ അടുത്ത ഇര കെ എസ് ഭഗവാൻ സംസാരിച്ചുതുടങ്ങിയത്. എത്ര മനോഹരം എന്ന ദ്ദേഹം ആശ്ചര്യപ്പെട്ടു. ഓരോ ചുവടിലും മാതൃകാപരമായ കണ്ടെത്ത ലുകൾ നടത്തിയ കേരളത്തെ വളരെയധികം സ്നേഹിക്കുകയും ഇഷ്ട പ്പെടുകയും ചെയ്യുന്നെന്നദ്ദേഹം പറഞ്ഞു. ഭാവി ഭാരതത്തിന് നേതൃത്വവും വഴികാട്ടിയുമായിത്തീരുന്നത് കേരളമാവുമെന്ന് സൂചിപ്പിക്കുകയും ചെയ്തു. ഭൂമി മാതാവിന്റെ തൂങ്ങിക്കിടക്കുന്ന തൊട്ടിലാണ് കേരളമെന്ന് പറഞ്ഞുകൊണ്ടദ്ദേഹം തുടർന്നു.

എങ്ങെങ്ങ് കണ്ണോടിച്ചാലും പച്ചപ്പ്, വയലുകൾ, പുഴകൾ, കുന്നു കളും ചെടികളും മരങ്ങളും. ഈ സമുദ്രം തന്നെ നോക്കൂ. ദൃശ്യ മനോഹരമായ ഇത്തരമൊരു രംഗം ഞങ്ങളുടെ മൈസൂരിൽ കാണാൻ പറ്റില്ല. തിരമാലകൾ അകലെനിന്ന് ഓടിയെത്തി പാറ കളിൽ തട്ടിത്തകരുന്നത് നോക്കുക. ഇതൊരു സൂചകമാണ്. വർഗ്ഗീ യത എവിടെ നിന്നെല്ലാം ഓടിയോടിവന്നാലും മാനവീയകതയ്ക്കു മുമ്പിൽ പൊട്ടിത്തകർന്നുപോകും. ആത്മാഭിമാനികളാണ് മലയാ ളികൾ. സ്നേഹിക്കാനറിയുന്നവർ. ഇ എം എസിന്റെയും എ കെ ഗോപാലന്റെയും നായനാരുടെയും കീഴിൽ അടിയുറച്ച് നടന്നുവ ന്നവർ. പാടത്തും പണിശാലയിലും കഷ്ടപ്പെട്ട് അദ്ധ്വാനിച്ചവരുടെ മണ്ണാണിത്. പണിയെടുക്കുന്നവർക്കെല്ലാം ഇവിടെ സംഘടനക ളുണ്ട്. അദ്ധ്വാനത്തിനാണ് ഇവിടെ ഏറ്റവും കൂടുതൽ പ്രാധാന്യം കല്പിക്കുന്നത്. ന്യായമായ കൂലിയും ജീവിത സൗകര്യങ്ങളും

ഉണ്ടാവണമെന്നും ആഗ്രഹിക്കുന്നു. നൂറു ശതമാനം സാക്ഷരത നേടിയവരാണ് കേരളീയർ. ഇതുപോലൊരു നാട് ഇന്ത്യയിൽ വേറെയില്ല. രാവിലെ എഴുന്നേറ്റാൽ ഉടൻ എല്ലാവർക്കും പത്രം വായിക്കണം. വേറൊരു നാട്ടിലും ഇത് കണ്ടിട്ടില്ല. ഇവിടത്തെ ഗ്രാമ ങ്ങളിലെല്ലാം വായനശാലകളുണ്ട്. അവിടെയെല്ലാം പുസ്തക ങ്ങളും നിറഞ്ഞുകിടക്കുന്നു. അറിവുനേടാനുള്ള വഴിയാണ് വായ ന. അന്ധവിശ്വാസത്തിൽനിന്ന് അനാചാരങ്ങളിൽനിന്ന് വിമോചനം കിട്ടാൻ വായന തന്നെ വേണം. ദൈവങ്ങളിൽനിന്ന് രക്ഷ നേടു വാനും വായന സഹായിക്കും. നമ്മുടെ നാട്ടിൽ എത്രയെത്ര ദൈവ ങ്ങളാണ്. ഈ ദൈവങ്ങളെക്കൊണ്ട് സാധാരണക്കാർക്ക് വല്ല പ്രയോജനവുമുണ്ടോ? ഇല്ലെന്നല്ലേ അനുഭവം. മനുഷ്യനെ രക്ഷി ക്കാൻ മനുഷ്യനെക്കൊണ്ടല്ലേ കഴിയൂ. ഇത് സത്യമാണ്. അതു കൊണ്ടുതന്നെ മഹത്വമുള്ളതുമാണ്.

സാമൂഹ്യ- സാമ്പത്തിക മേഖലകളിലെന്നതുപോലെ നവോത്ഥാ നമൂല്യങ്ങൾ കാത്തു സൂക്ഷിക്കുന്നതിലും കേരളം പ്രതിബദ്ധത പുലർത്തുന്നുണ്ടെന്ന് ഞാൻ സൂചിപ്പിച്ചു. മാനസാന്തരപ്പെടുന്നവരുടെ നാടാണിത്. പരിഷ്കൃത സമൂഹത്തിന് അസൂയയോടെ മാത്രമേ കേര ളത്തെ നോക്കിക്കാണാനാവൂ. ഇതിന് കൃഷ്ണപിള്ളയും ഇ എം എസും കേളപ്പനും എ കെ ജിയും എന്നതുപോലെ ശ്രീനാരായണഗുരുവിനെ പ്പോലെയുള്ള നവോത്ഥാന നായകരും സാരമായ പങ്കുവഹിച്ചിട്ടുണ്ട്.

ശ്രീനാരായണ ഗുരുദേവന്റെ മഹത്വം

ജാതിയുടെ വേർതിരിവില്ലാത്ത നാടാണ് കേരളമെന്ന് പ്രൊഫ. ഭഗ വാൻ ചൂണ്ടിക്കാട്ടി. ജാതിയുടെ കെട്ടുപാടുകളിൽനിന്ന് ജനങ്ങൾ മോചി തരാണ്. വർഗ്ഗീയതയുടെ പേരിൽ ഹിംസനടത്തുന്നവർ മറ്റ് സംസ്ഥാന ങ്ങളെ അപേക്ഷിച്ച് ഇവിടെ കുറവാണ്. കർണ്ണാടക സംസ്ഥാനം തന്നെ ഇതിനു തെളിവാണ്. കേരളത്തിൽ ഈ മാനവികത സാദ്ധ്യമാക്കിയത് ശ്രീനാരായണ ഗുരുദേവനാണ്. പുനർ ജീവന ചൈതന്യം എന്നാണ് പ്രൊഫ. ഭഗവാൻ ഗുരുവിനെ വിശേഷിപ്പിച്ചത്. വിവേകാനന്ദ സ്വാമികൾ കേരളത്തിൽ വന്ന കാര്യം അദ്ദേഹം പരാമർശിച്ചു. ഇവിടെ എത്തിയ സ്വാമികൾ പറയരുടെ ചോർന്നൊലിക്കുന്ന കുടിലുകൾ കണ്ടു. കല്ലും മാലയുമണിഞ്ഞ ദളിത് സ്ത്രീകളെ കാണാനിടയായി. അശുദ്ധരെന്ന് പറഞ്ഞ് കറുത്തവരെ മാറ്റി നിർത്തുന്നതും കണ്ടു. വിവേകാനന്ദ സ്വാമി കൾ ഇതെല്ലാം കണ്ട് വേദനയോടെ പ്രതികരിച്ചത് "കേരള ഹുച്ചാ സ്പത്രി" എന്നാണ്. കേരളം ഭ്രാന്താശുപത്രിയാണെന്നാണ്. വളരെ അർത്ഥവത്തായ പ്രതികരണമാണിതെന്ന് അദ്ദേഹം വിശദീകരിച്ചു. ഭ്രാന്താശുപത്രിയിലുള്ളവർക്ക് മനുഷ്യഭാവം തിരിച്ചറിയാനാവില്ല. കേര ളത്തിലുള്ളവർക്ക് മനുഷ്യത്വം മനസ്സിലാക്കാൻ കഴിയുന്നില്ലെന്നാണ്

സ്വാമികൾ പറഞ്ഞതിന്റെ പൊരുൾ. ജാതിയാണ് പ്രധാനമെന്ന് ചിന്തി ക്കുന്നവർ നാട്ടിൽ അപകടങ്ങൾ വരുത്തിവെക്കും. ശ്രീനാരായണഗുരു ദേവൻ ഇത്തരം ചിന്താഗതികൾക്കെതിരെ ശക്തമായ പ്രചാരണം അഴി ച്ചുവിട്ടു. ഒരു ജാതി, ഒരു മതം എന്ന ഉത്തമ ജീവിതം സന്ദേശം നല്കി മലയാളികളെ ഒന്നിച്ചുനിർത്താൻ ഗുരു പരിശ്രമിച്ചു. ജാതിയുടെ ഇരുട്ടറ കളിൽ സ്നേഹത്തിന്റെയും ഐക്യത്തിന്റെയും പ്രകാശം പരത്താനാ ണ് ഗുരുദേവൻ യത്നിച്ചത്. ജനപക്ഷമാണ് നല്ലപക്ഷമെന്ന് ഗുരു ഉപദേ ശിച്ചു. കേരളത്തിലെ എഴുത്തുകാരിൽ പലരെയും തനിക്കറിയാമെന്ന് ഭഗവാൻ സൂചിപ്പിച്ചു. തകഴിയുടെയും മാധവിക്കുട്ടിയുടെയും ബഷീ റിന്റെയും രചനകൾ വായിച്ചിട്ടുണ്ട്. എം ടി വാസുദേവൻ നായരെ അറി യാം.

അവാർഡുകൾ തിരിച്ചുനല്കുന്ന കാലം

സാഹിത്യകാരൻമാർക്ക് മൗനം ഭജിക്കാനാവാത്ത കാലമാണിതെന്ന് പ്രൊഫ. ഭഗവാൻ ചൂണ്ടിക്കാട്ടി. രാജ്യത്ത് സ്വതന്ത്ര ചിന്തയും സ്വതന്ത്ര ആവിഷ്കാരവും ചോദ്യം ചെയ്യപ്പെടുന്നു. ജാതിയുടെയും മതത്തിന്റെയും പേരുപറഞ്ഞ് എഴുത്തുകാരെയും കലാകാരന്മാരെയും ആക്രമിക്കുന്നു. ഇത് ഫാസിസത്തിന്റെ ലക്ഷണമാണ്. ഇതിനെതിരെയാണ് ഇന്ത്യയിലെ എഴുത്തുകാർ പ്രതികരിച്ചുകൊണ്ടിരിക്കുന്നത്. ഹൈന്ദവവല്ക്കരണത്തി നെതിരെ സാഹിത്യഅക്കാദമി ഒന്നും മിണ്ടുന്നില്ല. ആത്മാഭിമാനമുള്ള വർക്ക് ഇത് കണ്ടുനില്ക്കാൻ ആവില്ലല്ലോ. അക്കാദമി അംഗത്വത്തെ ക്കാളും അവാർഡിനെക്കാളും വലുതാണ് ചിന്താസ്വാതന്ത്ര്യം. അതിനു വേണ്ടി ബഹുമതികൾ ത്യജിക്കുന്നവരെ നാം അഭിനന്ദിക്കണം. നാട്ടിൽ അക്രമവും അസഹിഷ്ണുതയും പെരുകുമ്പോൾ നിശ്ശബ്ദത പാലിക്കു ന്നത് എഴുത്തുകാരന്മാരുടെയും കലാകാരന്മാരുടെയും സ്വഭാവമാകരു ത്. കഴിഞ്ഞ ദിവസം ബോംബെയിൽ നടത്താനിരുന്ന സംഗീത പരിപാടി ഉപേക്ഷിച്ചതും നമ്മെ ഉല്ക്കണ്ഠപ്പെടുത്തുന്നതാണ്. ബൗദ്ധിക പ്രവർത്ത നത്തിന് തടയിടാൻ ആർക്കും അവകാശമില്ല.

ദാദ്രി സംഭവം എങ്ങനെ വിലയിരുത്തുന്നു

ഉത്തർപ്രദേശിലെ ദാദ്രിയിൽ നടന്നത് മനസ്സാക്ഷിയെ ഞെട്ടിക്കുന്ന കൃത്യമാണ്. മനുഷ്യർക്കെല്ലാം അവരവർ ഇഷ്ടപ്പെടുന്ന ആഹാരം കഴി ക്കാനുള്ള സ്വാതന്ത്ര്യമുണ്ട്. കാലാകാലങ്ങളായി തുടർന്നുവരുന്ന അവ കാശമാണിത്. ആയിരക്കണക്കിന് വർഷങ്ങളുടെ ചരിത്രം പരിശോധി ച്ചാലും ഈ കാര്യം ബോദ്ധ്യപ്പെടും. ആ പതിവിനെ എന്തിനു ചോദ്യം ചെയ്യണം. ഇന്ന ആഹാരം കഴിക്കണം, ഇന്നത് തിന്നരുതെന്നും മറ്റും കല്പിക്കാനുള്ള അധികാരം ഇന്ത്യൻ ഭരണഘടന ഒരു സംഘടനയ്ക്കും നല്കിയിട്ടില്ല. നമ്മുടേത് മതേതര രാഷ്ട്രം എന്നാണ് വിശേഷിപ്പിക്കുന്ന ത്. അങ്ങനെയുള്ള ഒരു രാജ്യത്ത് ഭക്ഷണത്തിന്റെ പേരിൽ നിർബ്ബന്ധം

കല്പിക്കുന്നത് തികഞ്ഞ ഫാസിസം തന്നെയാണ്. അപരിഷ്കൃതവും നിന്ദ്യവുമാണത്. പൗരബോധമുള്ളവരാരും ഇതിനെ അനുകൂലിക്കില്ല. കേന്ദ്രസർക്കാരും സംസ്ഥാന സർക്കാരുകളും ഇത്തരം നീക്കങ്ങൾക്കെ തിരെ ശക്തമായി പ്രതികരിക്കണം. കുറ്റക്കാർക്ക് കഠിന ശിക്ഷ നല്ക ണം. ഭാവിയിൽ ഇത്തരം സംഭവങ്ങൾ ആവർത്തിക്കാതിരിക്കാനുള്ള ജാഗ്രത കൈക്കൊള്ളുകയും വേണം. ദാദ്രിയിൽ നടന്നതുപോലെയുള്ള ക്രൂരത ഇനി ഇന്ത്യയിൽ ഉണ്ടാകരുത്. ജനസംഖ്യയിൽ ഭൂരിപക്ഷമുണ്ടെ ന്നുള്ളത് കുറ്റകൃത്യത്തിൽ ഏർപ്പെടാനുള്ള അനുമതിയായി കണക്കാ ക്കരുത്. മറ്റുള്ളവരുടെ ചിന്തയിലും ആഹാരത്തിലും കുതിര കയറാൻ ആരെയും അനുവദിച്ചുകൂടാ. ഈ അധികാരം ആരാണ് അവർക്ക് നല്കി യത്? ഒരാൾക്ക് അയാൾ കഴിക്കുന്ന ഭക്ഷണം എത്രമാത്രം പ്രധാനപ്പെട്ട താണോ അതേപോലെ പ്രധാനപ്പെട്ടതും പവിത്രവുമായി മറ്റുള്ളവരുടെ ആഹാരരീതിയും കൈക്കൊള്ളാൻ കഴിയണം. എന്തുകൊണ്ടെന്നാൽ നാമെല്ലാം പ്രതീക്ഷിക്കുന്നത് ക്ഷേമരാഷ്ട്രമാണ്. ക്ഷേമരാഷ്ട്രത്തിന് കള ങ്കമുണ്ടാക്കുന്ന ഒരു ശ്രമവും ആരുടെ ഭാഗത്തുനിന്നും ഉണ്ടാകരുത്.

കൽബുർഗിയുമായുള്ള ബന്ധം

കൽബുർഗി തന്റെ ഉത്തമസുഹൃത്തായിരുന്നുവെന്ന് പ്രൊഫസർ ഭഗവാൻ ഓർമ്മിച്ചു. വാക്കിനെ തോക്കുകൊണ്ട് തകർത്ത ആ സംഭവ ത്തിന്റെ നടുക്കം ഇപ്പോഴും വിട്ടുമാറിയിട്ടില്ല. ഗവേഷകൻ മരിച്ചാലും അദ്ദേഹം കണ്ടെത്തിയ സത്യത്തിനു മരണമില്ലെന്നു കൽബുർഗി പറ യുമായിരുന്നു. ഞങ്ങൾ തമ്മിൽ അനേകം കാര്യങ്ങൾ ചർച്ച ചെയ്തിട്ടു ണ്ട്. ഒരേ പാതയിലൂടെ നീന്തുന്നവരാണ് ഞങ്ങളെന്നും പ്രൊഫസർ ഭഗ വാൻ സൂചിപ്പിച്ചു. ഹിന്ദുധർമ്മത്തെയും ഭഗവദ്ഗീതയെയും കുറിച്ചാണ് രണ്ടുപേരും അടിസ്ഥാനപരമായി വിലയിരുത്തിയത്. മതഭ്രാന്തരെ വിറ ളിപിടിപ്പിക്കുന്ന കണ്ടെത്തലുകളായിരുന്നു അവ. പ്രൊഫ. ഭഗവാന്റെ ഒരു ഗ്രന്ഥത്തിനെതിര കേസെടുത്ത ഒരു സന്ദർഭമുണ്ടായിരുന്നു. അതിന്റെ പേരിൽ കോടതിവിചാരണ നേരിടേണ്ടി വരികയും ചെയ്തു. ആ അവ സരത്തിൽ കൽബുർഗി മൈസൂരിൽചെന്ന് വേണ്ട ഉപദേശനിർദ്ദേശങ്ങൾ നല്കുകയുണ്ടായി. മതപരമായി നിലനില്ക്കുന്ന അന്ധവിശ്വാസങ്ങളെ ഇരുവരും തുറന്നെതിർത്തു. കൽബുർഗിക്ക് ബസവപുരസ്കാരം കിട്ടി യപ്പോൾ ആദ്യം വിളിച്ചഭിനന്ദിച്ചത് കെ എസ് ഭഗവാനാണ്. കന്നഡം കണ്ട എക്കാലത്തെയും മികവുറ്റ ഗവേഷണചതുരനാണ് കൽബുർഗി എന്ന് അദ്ദേഹം പറഞ്ഞു. പരമ്പരാഗതമായ അന്വേഷണരീതിയിൽനിന്ന് മാറി സഞ്ചരിച്ച് പുതിയ പ്രകാശപ്രസരിപ്പ് കൈവരിക്കാൻ കൽബുർഗിക്ക് കഴിഞ്ഞു. കൽബുർഗിയെക്കുറിച്ച് പത്രങ്ങളിൽവന്ന ലേഖനങ്ങളുടെ ഒരു സമാഹാരം എഡിറ്റ് ചെയ്തിറക്കാനുള്ള ശ്രമത്തിലാണ് പ്രൊഫ.ഭഗവാൻ. കൽബുർഗി ചിന്തയിലെ വെളിച്ചമായിരുന്നു. അത് തല്ലിക്കെടുത്തവർക്ക് സാഹിത്യലോകം മാപ്പ് നല്കില്ല.

നിരഞ്ജനയെക്കുറിച്ച്

തനിക്ക് വളരെ ഇഷ്ടപ്പെട്ട എഴുത്തുകാരനാണ് നിരഞ്ജനയെന്ന് ഭഗവാൻ അഭിപ്രായപ്പെട്ടു. കന്നഡപുരോഗമന സാഹിത്യത്തിന് നൂറ്റാണ്ടുകളുടെ പഴക്കം തന്നെയുണ്ട്. സാഹിത്യരചന ലക്ഷ്യബദ്ധമാകണമെന്നാണ് പുരോഗമന എഴുത്തുകാർ ചിന്തിച്ചത്. ബസവരാജ് കട്ടീമണി, അനന്തകൃഷ്ണമൂർത്തി, താരാസു എന്നിങ്ങനെയുള്ള നിരകളിൽ നിരഞ്ജന തിളങ്ങിനില്ക്കുന്നു. പത്രപ്രവർത്തകനായിരുന്ന അദ്ദേഹം സാഹിത്യത്തിനും ഗണനീയ സംഭാവനകൾ നല്കി. സാമൂഹ്യദുഷ്കൃത്യങ്ങൾക്കെതിരെയാണ് അദ്ദേഹം ചിന്തിക്കുകയും പ്രവർത്തിക്കുകയും ചെയ്തത്. പത്നി അനുപമയും പ്രശസ്ത എഴുത്തുകാരിയായിരുന്നു. ഭാരതീയ സാഹിത്യത്തിൽത്തന്നെ അനുപമമായ ദമ്പതികളാണവർ. സംഘടന ഉണ്ടാക്കുകയും ഘോഷയാത്ര പോവുകയും സമരത്തിനിറങ്ങുകയും ചെയ്ത എഴുത്തുകാരനാണ് നിരഞ്ജന. അദ്ദേഹം ഒളിവിൽ കഴിഞ്ഞു, ജയിലിൽ കിടന്നു. *ചിരസ്മരണ, മൃത്യുഞ്ജയൻ* പോലുള്ള നോവലുകളെഴുതി. ഉപയുക്തസാഹിത്യരചനയിലാണ് അദ്ദേഹം ഏർപ്പെട്ടിരുന്നത്. ജാതിയിലും ജാതകത്തിലും വിശ്വസിക്കാത്ത യുക്തിചിന്തകനുമായിരുന്നു അദ്ദേഹം.

കുവെംപുവുമായുള്ള ബന്ധം

മഹാകവി കുവെംപുവുമായി പ്രൊഫ. ഭഗവാന് ഉറ്റബന്ധമുണ്ടായിരുന്നു. കുവെംപുവിന്റെ സാഹിത്യത്തെ അദ്ദേഹം ആഴത്തിൽ പഠിച്ചു. അദ്ദേഹത്തിന്റെ ദർശനം ജീവിതത്തിൽ പകർത്താൻ ശ്രമിച്ചു.

പഴയകാലം മറയുന്നു, പുതുകാലമുണരുന്നു.

പഴയ മതങ്ങളുടെ അഴുക്കുകൾ

പുതുചിന്താഗതിയിലൂടെ ഒഴുകിപ്പോകുന്നു.

ശാസ്ത്രീയ ചിന്താഗതി വളരട്ടെ

ഒത്തുനടന്നാൽ ആർക്കും തടയാനാവില്ല

സർവ്വർക്കും സമജീവിതം

സർവ്വർക്കും സമാവകാശം

കുവെംപുവിന്റെ ഈ ദർശനം കെ എസ് ഭഗവാന്റെ ജീവിതത്തിലെന്നപോലെ രചനകളിലും തുടിച്ചുനില്ക്കുന്നു. സാമൂഹിക പരിഷ്കരണത്തിലും സാംസ്കാരിക പുരോഗതിയിലും കുവെംപു ഏറെ താല്പര്യം പുലർത്തിയിരുന്നു. ജീവിതത്തെ ദൂരെ നിന്നല്ല, വളരെ അടുത്തുനിന്ന് സമഗ്രമായി അദ്ദേഹം വീക്ഷിച്ചു. ശാശ്വതമായി നിലനില്ക്കുന്ന മൂല്യങ്ങൾ ഉയർത്തിപ്പിടിക്കാൻ ശ്രമിച്ചു. ശ്രീ ശങ്കരാചാര്യരുടെ ദിവ്യത്വത്തിൽ വിശ്വസിച്ചിരുന്ന കവിയായിരുന്നു കുവെംപു. എന്നാൽ കെ എസ് ഭഗവാന്റെ *ശങ്കരാചാര്യരും പ്രതിഗാമീനവും* ഗ്രന്ഥം വായിച്ചതോടെ കുവെംപുവിന്റെ ചിന്താഗതിയിൽ മാറ്റമുണ്ടായി. ശങ്കരാചാര്യർ കീഴാള സംസ്കാരത്തെ വിമർശിക്കുകയും നിന്ദിക്കുകയും ചെയ്തിരുന്നു എന്നാണ്

പ്രസ്തുത ഗ്രന്ഥം ഉദാഹരിക്കുന്നത്. സര്‍വ്വജ്ഞനായിട്ടും ശങ്കരാചാ ര്യര്‍ക്ക് സാര്‍വ്വലൗകിക ഭാവം പുലര്‍ത്താന്‍ കഴിഞ്ഞിട്ടില്ല. കുവെമ്പു വിന്റെ *രാമായണ ദര്‍ശനം* എന്ന കൃതിയും പ്രൊഫ. ഭഗവാനെ ഏറെ സ്വാധീനിക്കുകയുണ്ടായി. രാമരാജ്യമെന്നാല്‍ എല്ലാത്തരം അസ്വസ്ഥത കളുമുള്ള നാടാണെന്ന് വാല്‍മീകിയെ ഉദ്ധരിച്ച് ഭഗവാന്‍ സര്‍ത്ഥിക്കുന്നു. ശ്രീരാമനെ വാല്‍മീകി ഒരിക്കലും ദൈവമായി ചിത്രീകരിച്ചിട്ടില്ല, ശ്രീരാ മനും താന്‍ ദൈവമാണെന്ന് പറയുന്നുമില്ല. അഗ്നിസാക്ഷിയായി സ്വീക രിച്ച ഭാര്യയെ രാമന്‍ ഉപേക്ഷിക്കുന്നുമുണ്ട്. തപസ്വിയായ ശംബുക മഹര്‍ഷിയെ വധിക്കുകയും ചെയ്യുന്നു. ഇതെല്ലാം ശ്രീരാമന്റെ ദിവ്യ ത്വത്തെ ചോദ്യം ചെയ്യുന്നതാണ്.

സാഹിത്യത്തിന്റെ ലക്ഷ്യം

സാഹിത്യം പിറവിയെടുക്കുന്നത് പുതിയ കാര്യം വെളിപ്പെടുത്താ നാണ്. സാമ്പ്രദായികതയെ ആവര്‍ത്തിക്കാന്‍ എഴുത്തുകാരന്റെയും കലാ കാരന്റെയും ആവശ്യമില്ല. മനസ്സിന്റെ സന്തോഷമല്ല സാഹിത്യത്തിന്റെ ലക്ഷ്യം. ആനന്ദം എന്നൊരു വശം അതിനുണ്ടെന്ന് നിഷേധിക്കുന്നില്ല. അടിസ്ഥാന ലക്ഷ്യം ജനങ്ങളില്‍ അറിവ് വളര്‍ത്തുകയാണ്. അറിവ് എന്നാല്‍ അക്കാദമികമായതല്ല. ഞാന്‍ ഏതു സമൂഹത്തില്‍ ജീവിക്കുന്നു? ആ സമൂഹത്തിന്റെ സ്ഥിതിയെന്ത്? അത് പരിഷ്കൃതമോ അപരിഷ്കൃ തമോ? സ്വതന്ത്രമോ അസ്വതന്ത്രമോ? ജനാധിപത്യമോ സ്വേച്ഛാധിപ ത്യമോ? ഇത്തരം വിഷയങ്ങളില്‍ വ്യക്തത വരുത്താന്‍ പുസ്തകങ്ങള്‍ക്ക് കഴിയണം. എന്റേത് നിന്റേത് എന്ന് നില മറന്ന് നമ്മുടേത് എന്നു ചിന്തി ക്കുവാന്‍ മനുഷ്യര്‍ക്ക് പ്രചോദനമുണ്ടാകണം. മനുഷ്യരെ നയിക്കേണ്ടത് മനുഷ്യരാണെന്ന തോന്നല്‍ വളരണം. നല്ല സാഹിത്യം നന്മമലരുകള്‍ പോലെ സുഗന്ധം പരത്തുന്നതാണ്. ആ സുഗന്ധം സ്വാര്‍ത്ഥത നീക്കി കളയണം. ജാതിമത ചിന്തകളുടെ വല മുറിച്ചുകടക്കാന്‍ കരുത്തു പക രുകയും വേണം.

ഉത്തമ വിമര്‍ശകന്‍

പ്രൊഫസര്‍ ഭഗവാന്‍ ഉത്തമ വിമര്‍ശകനും ഉദാത്ത ചിന്തകനുമാ ണ്. ഒരു കൃതിയുടെ ഗുണദോഷങ്ങള്‍ വിലയിരുത്തലാണ് വിമര്‍ശന മെന്ന് പൊതുവെ പറയാറുണ്ട്. ആര്‍ക്കും ദോഷം തട്ടാതെ അഭിപ്രായം രേഖപ്പെടുത്തുന്ന രീതിയുമുണ്ട്. എന്നാല്‍ പ്രൊഫ. ഭഗവാന്‍ വിമര്‍ശ നത്തെ നവീന രീതിയില്‍ സമീപിക്കാനാണ് ശ്രമിച്ചത്. പുസ്തകം നല്ലത് എന്ന് അദ്ദേഹം പറയാറില്ല. പകരം മനുഷ്യസംസ്കാരവുമായി മാനവിക മൂല്യങ്ങളുമായി താരതമ്യം ചെയ്തുകൊണ്ട് അതിന്റെ ഗുണദോഷങ്ങള്‍ പ്രതിപാദിക്കും. സമൂഹത്തിന്റെ സുസ്ഥിതിക്കും അഭിവൃദ്ധിക്കും അതെ ത്രത്തോളം ഗുണം ചെയ്യുന്നുണ്ടെന്ന് പരിശോധിക്കും. അനന്തമൂര്‍ത്തി യുടെ *സംസ്കാര* എന്ന നോവലിനെ പ്രൊഫ. ഭഗവാന്‍ നിശിതമായി

വിമർശിച്ചിട്ടുണ്ട്. വസ്തുസ്ഥിതി പ്രതിപാദിക്കുന്നതിൽ അനന്തമൂർത്തി പിന്നോട്ടുപോയെന്ന് അദ്ദേഹം അഭിപ്രായപ്പെട്ടു. അനന്തമൂർത്തിയുടെ നോവൽ വിമർശിച്ചപ്പോൾ പലരും വിളിച്ചഭിനന്ദിക്കുകയുണ്ടായെന്ന് ഭഗവാൻ സൂചിപ്പിച്ചു. മൗലികത പുലർത്താത്ത രചനയാണ് അതെന്നും അദ്ദേഹം ചൂണ്ടിക്കാട്ടി. ചാതുർവർണ്ണ്യത്തിൽനിന്ന് മോചനം നേടാൻ ആ നോവലിന് കഴിയുന്നില്ല. ചാർവ്വാക ദർശനത്തെ അങ്ങേയറ്റത്തിന്റെ ധൂർത്തിൽനിന്ന് നയിച്ചതിന് ആ കൃതി തന്നെ തെളിവ്. വ്യഭിചാരത്തെ മൂല്യവല്ക്കരിക്കാനുള്ള ശ്രമവും നോവലിസ്റ്റ് നടത്തുന്നുണ്ട്. ഇങ്ങനെ മൂല്യ വിചാരങ്ങളിൽ പ്രകടമാകുന്ന വൈരുദ്ധ്യം *സംസ്കാര* എന്ന നോവലിലുടനീളം കാണാം.

ശങ്കരാചാര്യ മത്തു പ്രതിഗാമിതന എന്ന കൃതി അദ്ദേഹത്തിന്റെ ഉദാത്ത ചിന്തയ്ക്ക് തെളിവാണ്. കർണ്ണാടകത്തിൽ ഏറെ വിവാദം സൃഷ്ടിച്ച ഈ കൃതിയുടെ പതിനെട്ടു പതിപ്പുകൾ ഇതിനകം പുറത്തിറങ്ങി. ഹിന്ദുധർമ്മം അസഹിഷ്ണുതയുടെ ധർമ്മമാണെന്ന് അദ്ദേഹം ചൂണ്ടിക്കാട്ടുന്നു. പുരോഹിതന്മാർ ആഹാരത്തിനുവേണ്ടിയാണ് മഠങ്ങളും സ്ഥാപനങ്ങളും പ്രയോജനപ്പെടുത്തുന്നത്. നരകത്തിന്റെ പേരുപറഞ്ഞ് ജനതയെ അടക്കി നിർത്താനും ശ്രമിക്കുന്നു. കുവെമ്പുവിന്റെ *ജലഗാര* എന്ന നാടകത്തിൽ ശിവൻ തൂപ്പുകാരനായിട്ടാണ് പ്രത്യക്ഷപ്പെടുന്നത്.

ഷേക്സ്പിയർ വിവർത്തനം

ഇന്ത്യൻ ഭാഷകളിൽ തന്നെ ഷേക്സ്പിയർ കൃതികൾ ഏറ്റവും ശ്രദ്ധേയമായി പരിഭാഷപ്പെടുത്തിയത് പ്രൊഫ. ഭഗവാനാണ്. പത്ത് കൃതികൾ അദ്ദേഹം തർജ്ജമ ചെയ്തു. ട്രാജഡി എന്നതിനെ അദ്ദേഹം 'നോവിന ആട്ട'-വേദനയുടെ കളി എന്ന് പുതിയപേരിട്ടു. കോമഡിക്ക് 'നലിവിന ആട്ട'- സന്തോഷത്തിന്റെ കളി എന്നും വിശേഷിപ്പിച്ചു. അദ്ദേഹത്തിന്റെ ഷേക്സ്പിയർ വിവർത്തനങ്ങൾ എല്ലാം തന്നെ കർണ്ണാടകത്തിലെ വിവിധ യൂണിവേഴ്സിറ്റികളിൽ ഇപ്പോഴും പാഠപുസ്തകങ്ങളാണ്. സ്വതന്ത്ര കൃതിപോലെ അനായാസം വായിച്ചു പോകാവുന്നവയാണ് അദ്ദേഹത്തിന്റെ പരിഭാഷകൾ.

ജനനം-കുടുംബം

മൈസൂരിനടുത്തുള്ള ഹുൺസൂരിലെ കല്ലഹള്ളി ഗ്രാമത്തിൽ 1945 ജൂലൈ 14 നാണ് കെ എസ് ഭഗവാൻ ജനിച്ചത്. കാർഷിക ഗ്രാമമെന്നാണ് കല്ലഹള്ളിയെ വിശേഷിപ്പിക്കുന്നത്. അദ്ദേഹത്തിന്റെ പിതാവ് സണ്ണെ ഗൗഡ നല്ല കൃഷിക്കാരനായിരുന്നു. മാതാവിന്റെ പേര് കെംപമ്മ. നിരക്ഷരരുടെ ഗ്രാമമായിരുന്നു അത്. കെംപമ്മയും നിരക്ഷരയായിരുന്നു. ഞാറുനടലും കൊയ്ത്തും മെതിയും നിറഞ്ഞ അന്തരീക്ഷത്തിൽ വളർന്ന മകനെ പഠിപ്പിച്ച് വലിയ നിലയിൽ എത്തിക്കണമെന്നത് സണ്ണെ ഗൗഡയുടെ ആഗ്രഹമായിരുന്നു. മകന് ഭഗവാൻ എന്നു പേരിട്ടതും അച്ഛൻ

തന്നെ. ദിവ്യത്വം ഉള്ളവനെന്ന അർത്ഥത്തിലല്ല ഈ പേരിട്ടത്. ജ്ഞാനി, അറിവുള്ളവൻ എന്നെല്ലാം അതിന് അർത്ഥമുണ്ട്. ശ്രീബുദ്ധന്റെ പര്യായപദമായും ഭഗവാൻ ഉപയോഗിക്കുന്നു. ധൈര്യം, കീർത്തി, മാഹാത്മ്യം, സമ്പത്ത്, ജ്ഞാനം, വൈരാഗ്യം ഇങ്ങനെ ഷഡ്ഗുണങ്ങളുള്ളവനാണ് ഭഗവാൻ. ഗ്രാമത്തിന്റെ പേരായ കല്ലഹള്ളിയും പിതാവിന്റെ പേർ സണ്ണ ഗൗഡയും ചേർത്ത് കെ എസ് ഭഗവാനായി. പേരുകൊണ്ടുപോലും പൊരുതുന്ന ആളെന്ന അർത്ഥത്തിലും ഇദ്ദേഹത്തിന് പ്രശസ്തി കൈവരുന്നു. ഗ്രാമത്തിലെ എലിമെന്ററി സ്കൂളിലായിരുന്നു പഠനം. മൈസൂർ മഹാരാജാ കോളേജിൽനിന്ന് ഇംഗ്ലീഷിൽ ബി എ ബിരുദം നേടി. തുടർന്ന് മാനസഗംഗോദ്രിയിൽനിന്ന് എം എ പൂർത്തിയാക്കി. ആദ്യം ഗോണികൊപ്പ കാവേരി കോളേജിൽ ഇംഗ്ലീഷ് ലക്ചററായി. പിന്നീട് റിട്ടയേഡ് ആകുന്നതുവരെ മൈസൂർ യൂണിവേഴ്സിറ്റി കോളേജിൽ ഇംഗ്ലീഷ് പ്രൊഫസർ. കാലിഫോർണിയ യൂണിവേഴ്സിറ്റി ഡി ലിറ്റ് ബിരുദം നല്കി ആദരിച്ചു.

വിവാഹത്തിൽ വിപ്ലവം

വിവാഹം ആർഭാടവും ധൂർത്തുമായിത്തീരുന്ന കാലമാണിത്. പത്തു പേരേ വിവാഹ ചടങ്ങിൽ പങ്കെടുക്കാവൂ എന്നു ഉപദേശിച്ചത് ശ്രീനാരായണഗുരുവാണ്. ഒരുപക്ഷേ, അറിഞ്ഞോ അറിയാതെയോ ഗുരുവിന്റെ ഈ തത്ത്വം വിവാഹത്തിൽ പാലിക്കുവാൻ കെ എസ് ഭഗവാന് കഴിഞ്ഞു. അപൂർവ്വമായിരുന്നു ആ കല്യാണച്ചടങ്ങ്. 1973 ജൂൺ 4 നാണ് നാഗരത്നയെ അദ്ദേഹം സഹധർമ്മിണിയാക്കിയത്. വിവാഹത്തിന് ക്ഷണക്കത്ത് അച്ചടിച്ചില്ല. ആരെയും ക്ഷണിക്കുകയും ചെയ്തില്ല. മനസ്സുകൊണ്ട് അറിഞ്ഞെത്തിയവർ മാത്രം. വധുവിന്റെ വീട്ടിൽവെച്ചാണ് വിവാഹം നടന്നത്. അവിടെ പന്തലൊരുക്കിയില്ല. മണ്ഡപവുമില്ല. ശബ്ദവും ബഹളവും കോലാഹലവുമില്ല. ചടങ്ങിനെത്തിയത് വിരലിലെണ്ണാവുന്നവർ മാത്രം. വധുവിന്റെ മാതാപിതാക്കളും ഉറ്റബന്ധുക്കളും വരനോടൊപ്പം ഏതാനും സുഹൃത്തുക്കളും. ചടങ്ങു നടത്താൻ പുരോഹിതൻ ഇല്ല. വധുവിന്റെ പിതാവാണ് എല്ലാം നിയന്ത്രിച്ചത്. വരനെയും വധുവിനെയും അടുത്തടുത്തു നിർത്തി ഭാവി ജീവിതത്തിലേക്ക് കൈപിടിച്ചു കൊടുത്തു. മാലയിടലുണ്ടായില്ല. താലികെട്ടലോ മോതിരം ചാർത്തലോ ഇല്ല. പുടവയും കൊടുത്തില്ല. വരനും വധുവും പരസ്പരം നോക്കി പുഞ്ചിരിച്ചു ജീവിത പങ്കാളികളായി. അതോടെ ചടങ്ങും അവസാനിച്ചു. വിഭവ സമൃദ്ധമായ സദ്യയില്ല. പതിവായി വീട്ടിലുണ്ടാക്കുന്ന ഭക്ഷണം മാത്രം. തീർത്തും ലളിതവും സരളവും. നമ്മുടെ പുതിയ തലമുറയുടെ കണ്ണുതുറപ്പിക്കേണ്ട സംഭവമാണിത്. ജാതകം നോക്കിയില്ല. ജ്യോത്സ്യരോട് മുഹൂർത്തം ചോദിച്ചില്ല. വധൂവരന്മാർ പരസ്പരം ഇഷ്ടപ്പെട്ടു. ഒന്നിച്ചു ജീവിതം തുടങ്ങി. അവർക്ക് രണ്ട് മക്കളാണ്, അഭിമാൻ, ശ്രുതി. ഇരുവരും എഞ്ചിനീയർമാരാണ്. ശ്രുതി അമേരിക്കയിലാണ്.

പൊലീസ് കാവലിൽ പ്രസംഗം

ആഗസ്ത് 30 ന്റെ പ്രഭാതത്തിലാണ് ഡോ. കൽബുർഗി കൊല്ലപ്പെ ട്ടത്. അടുത്ത ദിവസം സുപ്രധാനവും നടുക്കുന്നതുമായ ഒരു വാർത്ത സോഷ്യൽമീഡിയയിൽ പ്രചരിച്ചു. 'അന്ന് അനന്തമൂർത്തി, ഇന്ന് കൽബുർഗി, നാളെ കെ എസ് ഭഗവാൻ.' കണ്ണൂരിലെ ഗസ്റ്റ് ഹൗസിലി രുന്ന് ഞങ്ങൾ സംസാരിച്ചതിന്റെ തലേദിവസവും ഫോണിൽ ഭീഷണി വന്നിരുന്നു. ഇതേപ്പറ്റി ചോദിച്ചപ്പോൾ ഭഗവാൻ ചിരിക്കുകയായിരുന്നു. ഈ പുഞ്ചിരി മായാതെ നില്ക്കണേ എന്നാണ് മലയാളികൾ ആഗ്രഹി ക്കുന്നത്. രാജ്യത്ത് ഏറ്റവും ഭീഷണി നിലനില്ക്കുന്ന കാലമാണിത്. കൽബുർഗി മരണത്തിനുശേഷം ഭഗവാന്റെ മൈസൂരിലുള്ള വീട്ടിലും പൊലീസ് കാവൽ ഏർപ്പെടുത്തിയിരിക്കുകയാണ്. രണ്ട് ഗൺമാന്മാർ സദാ അദ്ദേഹത്തിന്റെ കൂടെ സഞ്ചരിക്കുന്നു. കണ്ണൂരിൽ വന്നതും അവ രുടെ അകമ്പടിയോടെ. ലോക്കൽ പൊലീസും ജാഗ്രതയോടെ നിലയുറ പ്പിച്ചിരുന്നു. ഇങ്ങനെ എത്രകാലം? എന്തുകൊണ്ട്? എന്നതാണ് എഴു ത്തുകാരെയും സാംസ്കാരിക പ്രവർത്തകരെയും ചിന്തിപ്പിക്കുന്നത്. ജ്ഞാനപീഠ ജേതാവ് ഡോ. ചന്ദ്രശേഖര കമ്പാർ അഭിപ്രായപ്പെട്ടു:

ജാതീയതയും സങ്കുചിതഭാവനകളുംകൊണ്ട് നമ്മുടെ സംസ്കാരം തകർന്നു വീണപ്പോൾ കുവെമ്പു പഴയ പുരാണങ്ങൾ ഉടച്ച് അവ യുടെ പിന്നിലെ വഞ്ചനകൾ തുറന്നു കാട്ടി സാഹിത്യകൃതികൾ രചിച്ച് നമ്മുടെ കണ്ണ് തുറപ്പിച്ചു. ആ വഴിയിലൂടെ കെ എസ് ഭഗ വാൻ കുറെക്കൂടി മുന്നോട്ട് നീങ്ങുന്നു. ദളിതരുടെയും കർഷകരു ടെയും മഹിളകളുടെയും മറ്റ് പിന്നോക്കം നില്ക്കുന്നവരുടെയും അഭിവൃദ്ധിക്കുവേണ്ടിയുള്ള പോരാട്ടങ്ങളിൽ അദ്ദേഹം മുന്നിൽ നിന്ന് യുവാക്കളെ നയിക്കുന്നു.

ഗോഡ്സെയുടെ തോക്ക് വീണ്ടും

അനിൽകുമാർ എ വി

ലോകത്തിലെ ഏറ്റവും ഭീകരമായ അതിക്രമ സംഘടനകളിൽ കുപ്രസിദ്ധമാണ് ആർ എസ് എസ്. 1948 ജനുവരി 30 ന് ഗാന്ധിജിയെ വധിച്ചതോടെ അത് കൂടുതൽ തെളിഞ്ഞു. പിന്നെ രാജ്യത്തെയാകെ ഉഴു തുമറിച്ച കലാപങ്ങൾ. മഹാത്മാവിന്റെ ജീവിതംപോലെ ശുദ്ധമായ പുഞ്ചിരി കവർന്ന നാഥുറാം വിനായക് ഗോഡ്സെ വിചാരണയ്ക്കിടെ കോടതിയിൽ നല്കിയ സത്യവാങ്മൂലം ആ ഹീനകൃത്യത്തേക്കാൾ അമ്പ രപ്പിച്ചതായിരുന്നു. താനൊരു ചരിത്രദൗത്യം നിർവ്വഹിച്ച മട്ടിലായിരുന്നു പ്രതികരണങ്ങൾ. ആശയങ്ങൾക്കൊപ്പം ഇറ്റലിയിൽനിന്ന് ഇറക്കുമതി ചെയ്തതായിരുന്നു ആയുധവും. അഞ്ചുവട്ടം വിഫലമായ ശ്രമം ഹിന്ദുത്വ ഭീകരർ വിജയത്തിലെത്തിച്ചത് ഇറ്റാലിയൻ സായുധസേനയ്ക്ക് നല്കി യിരുന്ന ബെറെറ്റ ഓട്ടോമാറ്റിക് പിസ്റ്റളുപയോഗിച്ച്. നാസി ജർമ്മനിയിലും റുമാനിയയിലും ഔദ്യോഗികമായി ശുപാർശ ചെയ്യപ്പെട്ടതായിരുന്നു അത്. ഗാന്ധിവധക്കേസിൽ ജീവപര്യന്തം തടവ് കഴിഞ്ഞ് പുറത്തിറങ്ങിയ നാഥു റാമിന്റെ സഹോദരൻ ഗോപാൽ ഗോഡ്സെയാകട്ടെ, ആ കുറ്റകൃത്യത്തിൽ തരിമ്പും കുറ്റബോധമില്ലാതെയാണ് തുറന്നടിച്ചത്. ഇത്തരം അസഹി ഷ്ണുതകൾ കൂട്ടക്കൊലകൾക്ക് ഇന്ധനമാവുക മാത്രമായിരുന്നില്ല, മറിച്ച് ഇന്ത്യൻ സമൂഹത്തിലെ ശാസ്ത്രചിന്തയ്ക്കും യുക്തിബോധത്തിനും ജനാധിപത്യബോധത്തിനും കനത്ത ആഘാതമേല്പിച്ചു. അതിന്റെ ഏറ്റവും ഒടുവിലത്തെ ഉദാഹരണമിതാ കർണ്ണാടകത്തിൽനിന്ന്. അവി ടത്തെ പ്രശസ്തചിന്തകൻ എം എം കൽബുർഗിയെ കാവിപ്പട ചോര യിലവസാനിപ്പിച്ചിരിക്കുന്നു. കെട്ട ചിന്തകൾക്കും അന്ധവിശ്വാസങ്ങൾക്കു മെതിരെ നിലകൊണ്ടതിനാലാണ് അദ്ദേഹത്തിന് ജീവൻ നഷ്ടപ്പെട്ടത്. പലവട്ടം ഉയർന്ന സംഘപരിവാര വധഭീഷണികൾ അധികാരികൾ മുഖ

വിലയ്ക്കെടുക്കാത്തതിനാലാണ് ഡൈഷണിക ഇന്ത്യയെയാകെ ഞെട്ടിച്ച ദുരന്തമുണ്ടായതും. അടിസ്ഥാന ജനാധിപത്യ ധാരണകളെ അനാഥമാ ക്കുന്ന പ്രാകൃതത്വങ്ങൾക്കെതിരെ യു ആർ അനന്തമൂർത്തിയെപ്പോലു ള്ളവർക്കൊപ്പം നിരന്തരം അണിചേർന്ന കൽബുർഗി വിശ്വാസവാണിഭ ത്തിന്റെ കൗശലങ്ങളെയും തുറന്നുകാട്ടി. അവികസിതബോധത്തിൽ രാഷ്ട്രീയക്കൊടി നാട്ടുന്ന ഹിന്ദുത്വത്തിന്റെ ഗൂഢാലോചനകൾ പുറത്തു കൊണ്ടുവന്നു. ഈ പശ്ചാത്തലത്തിലാണ് സംഘപരിവാരം ബദ്ധശത്രു വായി പ്രഖ്യാപിച്ചതും പലവട്ടം വധഭീഷണികൾ, അക്രമശ്രമം, കോലം കത്തിക്കൽ, കേസ് കൊടുക്കൽ എന്നിങ്ങനെ ഇരുവർക്കുമെതിരായ അപ മാനശ്രമങ്ങൾ. 2014 ജൂണിൽ കാവിപ്പട അക്ഷരാർത്ഥത്തിൽ ഉറഞ്ഞുതു ള്ളി. വിശ്വഹിന്ദു പരിഷത്തും ബജ്രംഗദളും അനന്തമൂർത്തിയെയും കൽബുർഗിയെയും അറസ്റ്റുചെയ്യണമെന്ന് മുറവിളി കൂട്ടി. തുടർന്ന് സംസ്ഥാനവ്യാപകമായി ശകാരങ്ങൾ ചൊരിഞ്ഞ് കോലം കത്തിച്ചു. കല്ല് ആരാധനയിലെയും നഗ്നപൂജയിലെയും നിരർത്ഥകത എടുത്തുപറഞ്ഞ തിനും ക്രൂശിക്കപ്പെട്ടു. ബാല്യകാല ഓർമ്മകൾ മുൻനിർത്തി അനന്ത മൂർത്തി 1996 ൽ എഴുതിയ പുസ്തകത്തിന്റെ പുതിയ പതിപ്പിനെക്കുറി ച്ചുള്ള ചർച്ചയിൽ കൽബുർഗി ശക്തമായി പ്രതികരിക്കുകയുണ്ടായി. ശിവ മോഗ ജില്ലയിൽ സൊരബ് താലൂക്കിലെ ചന്ദ്രഗുതി ക്ഷേത്രത്തിൽ നഗ്ന പൂജ നിലവിലുണ്ടായിരുന്നു. ദളിത് വിഭാഗക്കാരെയാണ് അതിന് നിർബ്ബ ന്ധിച്ചിരുന്നതും. ജനകീയ അഭിപ്രായത്തെ തുടർന്ന് 1980 കളിൽ സർക്കാർ നിരോധിക്കുകയായിരുന്നു. എന്നിട്ടും തുടർന്നതിനെതിരെയാണ് അന്ന് സംസാരിച്ചത്. തുടർന്ന് ബജ്രംഗദൾ കോ ഓഡിനേറ്റർ ടിറ്ററിലൂടെ വധ ഭീഷണി മുഴക്കി. 1989 ൽ ബസവഗുരുവിനെക്കുറിച്ചുള്ള ചില ആധികാ രിക രേഖകൾ കണ്ടെടുക്കുകയുണ്ടായി കൽബുർഗി. അപ്പോഴും ജീവ നുനേരെ ഭീഷണി ഉയർന്നു. ചില വെളിപ്പെടുത്തലുകളിലേക്ക് നീണ്ടേ ക്കാവുന്ന അവ വെളിച്ചം കാണിക്കാൻ അനുവദിച്ചതുമില്ല. ആ സംഭ വത്തെ ഡൈഷണിക ആത്മഹത്യ എന്നാണ് അദ്ദേഹം സ്വയം അടയാള പ്പെടുത്തിയത്. നരേന്ദ്ര ധാബോൽക്കറെ വെടിവെച്ച് കൊന്നത് മറക്കാറാ യിട്ടില്ല. മന്ത്രവാദത്തിനും അന്ധവിശ്വാസങ്ങൾക്കുമെതിരായ പോരാട്ടത്തി ലൂടെ ശ്രദ്ധേയനായ ആ സാമൂഹ്യപ്രവർത്തകനെ നടക്കാനിറങ്ങിയപ്പോ ഴാണ് അവസാനിപ്പിച്ചത്. 'അന്ധശ്രദ്ധ നിർമൂലൻ കമ്മിറ്റി'യുടെ മുന്ന ണിപ്പോരാളിയായ ധാബോൽക്കർ മഹാരാഷ്ട്രയിൽ മന്ത്രവാദവും അനാ ചാരങ്ങളും നിരോധിക്കപ്പെടണമെന്നാവശ്യപ്പെട്ടുകൊണ്ടുള്ള പ്രക്ഷോഭ ത്തിൽ സജീവസാന്നിദ്ധ്യമായിരുന്നു. അന്ധവിശ്വാസവും അനാചാരവും തടയുന്നതിനുള്ള ബിൽ പാസാക്കാൻ വൈകിക്കുകയാണെന്ന് ചൂണ്ടി മഹാരാഷ്ട്ര സർക്കാരിനെയും മുഖ്യമന്ത്രിയെയും രൂക്ഷമായി വിമർശി ച്ചു. ബില്ലിനെ എതിർക്കുന്ന മതതീവ്രവാദ സംഘടനകളുടെയും അവരെ പിന്തുണയ്ക്കുന്ന രാഷ്ട്രീയ ഗ്രൂപ്പുകളുടെയും ഭാഗത്തുനിന്നും അദ്ദേ ഹത്തിന് ഭീഷണി ഉണ്ടായി. അനാചാരങ്ങൾക്കെതിരെ പ്രചാരണം നട

ത്തുന്ന *സാധന* ആഴ്ചപ്പതിപ്പിന്റെ എഡിറ്ററുമായിരുന്നു ധാബോൽക്കർ. കൊലപാതകത്തിന്റെ ഗൂഢാലോചന നീണ്ടത് ഹിന്ദുത്വസംഘടനയായ സനാതനിലേക്കാണ്.

ഗുജറാത്തിനും ഒഡിഷയ്ക്കും ശേഷം കർണ്ണാടകത്തെ വംശീയ ഉന്മൂലനത്തിന്റെ മൂന്നാം പരീക്ഷണശാലയാക്കാനുള്ള തകൃതിയായ ശ്രമ ങ്ങളാണ് കാവിഭീകരത നടത്തുന്നത്. ഹുബ്ലി പ്രശ്നംതൊട്ട് നാമത് കണ്ട താണ്. പബ്ബുകൾ കേന്ദ്രീകരിച്ച് നടന്ന കാടത്തങ്ങളും ഏറെ പ്രശ്ന ങ്ങൾ സൃഷ്ടിച്ചു. പിന്നെ ബുദ്ധിജീവികൾക്കെതിരായ കൊലവിളിയായി രുന്നു. അതിലെ ഏറ്റവും മൃഗീയമായ അവസാന ഉദാഹരണമായി കൽബുർഗി വധം. നാഥുറാം ഗോഡ്സെയും സഹഭീകരരും ഉറയൂരിയ തോക്ക് ഇപ്പോഴും ശബ്ദിച്ചുകൊണ്ടിരിക്കുകയാണ്. കഴിഞ്ഞ ദിവസങ്ങ ളിൽ കേരളത്തിലുണ്ടായതും അതിന്റെ വകഭേദം.

ചോരയിൽ കുതിരുന്ന വചനങ്ങൾ

കെ പി മോഹനൻ

പ്രമുഖ കന്നഡ ഭാഷാപണ്ഡിതനായ മല്ലേശപ്പ മദിവാലപ്പ കൽബുർഗി 2015 ആഗസ്ത് 30 ന് ഹിന്ദുത്വവർഗ്ഗീയതയുടെ കാപാലിക രാൽ കൊല്ലപ്പെട്ടു. കർണ്ണാടകത്തിലെ പ്രമുഖ ജാതി വിഭാഗമായ ലിംഗാ യത്തിലെ ജാതിക്കോമരങ്ങളുടെ എക്കാലത്തെയും നോട്ടപ്പുള്ളിയായി രുന്നു കൽബുർഗി. തന്റെ ധീരമായ ഗവേഷണങ്ങളിലൂടെ താനെത്തി ച്ചേരുന്ന നിഗമനങ്ങൾ തുറന്നുപറയാനും അതുവഴി ഒരു വിഗ്രഹഭഞ്ജ കനായി മാറാനും ധീരത കാണിച്ച ആളായിരുന്നു കൽബുർഗി. പ്രാചീന കന്നഡ സാഹിത്യത്തിന്റെ അകം പൊരുളിലൂടെ സഞ്ചരിച്ച് ഒരുപാട് അപ്രിയ സത്യങ്ങൾ അദ്ദേഹം വിളിച്ചുപറഞ്ഞു. ലിംഗായത്തുകാർ വിഗ്ര ഹവല്ക്കരിച്ച ചെന്നബസവന്റെ ജനനം സംബന്ധിച്ച് ചരിത്രപരമായ തെളിവുകളുടെ പശ്ചാത്തലത്തിൽ ബസവസഹോദരി നാഗലാംബി കയ്ക്ക് ഒരു ചെരുപ്പുകുത്തിയായ കവിയിലുണ്ടായ മകനായിരിക്കാം എന്ന പരാമർശം ലിംഗായത്തുകൾക്കിടയിൽ ഒരു കാലത്ത് വലിയ പ്രകോപനം തന്നെ സൃഷ്ടിച്ചു. തന്റെ പരാമർശം അദ്ദേഹത്തിന് പിൻവ ലിക്കേണ്ടി വന്നപ്പോൾ കൽബുർഗി പറഞ്ഞു. "എന്റെ കുടുംബത്തിന്റെ സുരക്ഷയോർത്ത് എനിക്കതുചെയ്യേണ്ടി വന്നു. അത് എന്റെ ധൈഷ ണിക ആത്മഹത്യ തന്നെയായിരുന്നു." എന്നാൽ സോക്രട്ടീസിനെപ്പോലെ സത്യം തുറന്നു പറയാനുള്ള തന്റേടം എന്നിട്ടും അദ്ദേഹം ഉപേക്ഷിച്ചി ല്ല. കർണ്ണാടകത്തിലെ ഹിന്ദുത്വതീവ്രവാദ വിഭാഗങ്ങളായ വിശ്വഹിന്ദു പരിഷത്ത്, ശ്രീരാമസേന, ബജ്രംഗദൾ വിഭാഗങ്ങളുടെ കണ്ണിലെ കര ടായി മാറി കൽബുർഗി. "നഗ്നപൂജ എന്തുകൊണ്ട് അരുതാത്തതാകുന്നു" എന്ന പേരിൽ യു ആർ അനന്തമൂർത്തി നടത്തിയ ചർച്ചയിൽ കൽബുർഗി അദ്ദേഹത്തോടൊപ്പം നിലകൊണ്ടു. അന്ധവിശ്വാസങ്ങൾക്കെതിരെയുള്ള

പോരാട്ടത്തിൽ നിയമനിർമ്മാണത്തിലും കൽബുർഗി മുൻപന്തി യിൽനിന്നു. ധാബോൽക്കറുടെയും പൻസാരെയുടെയും കൊലപാതക ങ്ങൾക്കു പിന്നാലെ കൽബുർഗിയും ഹിന്ദുത്വകാപാലികരാൽ വധിക്കപ്പെ ട്ടു. വധത്തിന്റെ ആസൂത്രണത്തിലും നടത്തിപ്പിലും ഈ കൊലപാതക ങ്ങൾക്ക് തമ്മിലുള്ള സാദൃശ്യം ഇതിനകം തന്നെ ചർച്ചാവിഷയമായിക്ക ഴിഞ്ഞിട്ടുണ്ട്. വധത്തിനുപയോഗിച്ച തോക്കിന്റെ കാര്യത്തിൽപ്പോലും സാദൃശ്യമുണ്ടെന്ന് ബാലിസ്റ്റിക് റിപ്പോർട്ടുകൾ ചൂണ്ടിക്കാട്ടുന്നു. സ്വത്തു തർക്കവും കുടുംബകലഹവുമാണ് കൊലപാതകത്തിനു പിന്നിലെന്ന് വരുത്തി തീർക്കാനുള്ള ശ്രമങ്ങളും നടക്കുന്നുണ്ട്.

ധാബോൽക്കറുടെ കൊലപാതകത്തെക്കുറിച്ചുള്ള അന്വേഷണം വർഷം കഴിഞ്ഞിട്ടും എവിടെയുമെത്തിയിട്ടില്ല. പൻസാരെ വധത്തിന്റെ കാര്യത്തിലും സ്ഥിതി അതുതന്നെ. മതതീവ്രവാദവും ഹിന്ദുത്വദേശീയ തയും തങ്ങളുടെ അജണ്ടകൾ നന്നായി നടപ്പാക്കാനാരംഭിച്ചിരിക്കുന്നു എന്നതിന്റെ സൂചനയായിത്തന്നെ വേണം ഈ കൊലപാതകങ്ങളെ കാണാൻ. യുക്തിചിന്തയുടെ വെളിച്ചത്തെ അന്ധവിശ്വാസങ്ങളുടെ ഇരുട്ട് എത്രമാത്രം ഭയപ്പെടുന്നു എന്നു തന്നെയാണ് ഇതെല്ലാം കാണിക്കുന്ന ത്. ചേകന്നൂരിന്റെയും സത്നാം സിങ്ങിന്റെയും ചോരവീണ കേരളമ ണ്ണിലും ഈ വർഗ്ഗീയചിന്തയ്ക്ക് വേരോടാൻ വലിയ പ്രയാസമുണ്ടാവി ല്ല. ബി ജെ പി എന്ന രാഷ്ട്രീയപാർട്ടിക്കൊപ്പം വളരാൻ ശ്രമിക്കുന്ന ശ്രീരാമസേനയും ബജ്രംഗ്ദളും പോലെയുള്ള ഹിന്ദുത്വഭീകരതയെ സാംസ്കാരികമണ്ഡലം തികഞ്ഞ ജാഗരൂകതയോടെ തിരിച്ചറിയേണ്ടതു ണ്ട്. തുടർച്ചയായുണ്ടാകുന്ന ഇത്തരം കൊലപാതകങ്ങൾ ആസൂത്രിത മായ അജണ്ടയുടെ ഭാഗം തന്നെയാണ്.

ഒടുക്കം കൽബുർഗിയും
സുധാകരൻ രാമന്തളി

വ്യത്യസ്തവും വിവിധവുമായ അഭിപ്രായങ്ങൾ പ്രകടിപ്പിക്കാനും സമൂഹത്തിൽ അവ ചർച്ചാവിധേയമാക്കുവാനും അതിലൂടെ സഹനീയവും നന്മ നിറഞ്ഞതുമായ വഴികൾ തെരഞ്ഞെടുക്കുവാനും പൗരന്മാർക്ക് അവസരം നല്കുന്നുവെന്നതാണല്ലോ ജനാധിപത്യത്തിന്റെ അടിസ്ഥാനപരമായ സാദ്ധ്യത. സമൂഹത്തിലെ പ്രതിലോമകാരികളും മതജാതികളിൽ അധിഷ്ഠിതമായ വർഗ്ഗീയശക്തികളും അരാജകത്വവാദികളുമൊക്കെ ഈ അവസരം ദുരുപയോഗപ്പെടുത്തുകയും യഥാർത്ഥമായ ആശയവിനിമയം അസാദ്ധ്യമാക്കുന്ന അന്തരീക്ഷം സൃഷ്ടിക്കുകയും ചെയ്യുന്നു. ബഹുസ്വരതയ്ക്ക് മാതൃകയായി ലോകസമക്ഷം ഭാരതീയ പാരമ്പര്യത്തെ ഉയർത്തിക്കാട്ടാൻ ചാർവ്വാകന്മാരുടെയും ലോകായതന്മാരുടെയും കഥകളുണ്ട്. യുക്തിയുടെ സ്വരം കേൾപ്പിച്ച സാംഖ്യ ദർശനക്കാരനെ ആദരപൂർവ്വം നാം മഹർഷിയെന്നു വിളിക്കുന്നു. ലിപി ഉള്ളതും ഇല്ലാത്തതുമായ ആയിരത്തിലേറെ ഭാഷകൾ, അനേകം മതങ്ങൾ, ജാതി ഭേദങ്ങൾ, വ്യത്യസ്ത സാംസ്കാരിക ധാരകൾ, വിഭിന്ന ജീവിതരീതികൾ ഇവയൊന്നും ഭാരതത്തിന്റെ ഐക്യത്തിന് വിഘാതമല്ലെന്നും നാനാത്വത്തിലെ ഏകത്വമാണ് ഇന്ത്യൻ ദേശീയതയുടെ കരുത്തെന്നും നാം ഉറക്കെ പറഞ്ഞു. എങ്കിലും ചരിത്രത്തിന്റെ ഏടുകൾ മറിച്ചു നോക്കുമ്പോൾ ലോകത്തിൽ മറ്റെല്ലായിടത്തും എന്നപോലെ ഇന്ത്യയിലും മനുഷ്യന്റെ വിശ്വാസപ്രമാണങ്ങളിലെ അന്ധതയും യുക്തിയുടെ പ്രകാശവും തമ്മിലുള്ള നിരന്തരമായ ഏറ്റുമുട്ടലുകൾ നമുക്ക് കാണാവുന്നതാണ്. പുതിയ ആശയങ്ങളോടും കാഴ്ചപ്പാടുകളോടും സ്വതന്ത്രചിന്തയോടും പ്രതിലോമകാരികൾ എന്നും അതിക്രൂരവും പൈശാചികവുമായിട്ടാണ് പ്രതികരിച്ചിട്ടുള്ളത്. നമ്മുടെ സമകാലീന ജീവിതവും

സാംസ്കാരിക പരിസരവും ഈ പ്രവണതയിൽനിന്ന് തികച്ചും മുക്തമ
ല്ലെന്ന് അനുഭവങ്ങൾ ഓർമ്മിപ്പിച്ചുകൊണ്ടേയിരിക്കുന്നു.

യുക്തിയുടെയും സത്യാന്വേഷണത്തിന്റെയും അടിസ്ഥാനത്തിലുള്ള
തർക്കങ്ങൾ പല വിഷയങ്ങളെക്കുറിച്ചും ഇവിടെ നടന്നിരുന്നു. ഇവ ആശ
യപരമായ പോരാട്ടങ്ങൾ ആയിരിക്കണമെന്ന നിഷ്കർഷയുമുണ്ടായിരു
ന്നു. ആശയപരമായ അഭിപ്രായഭിന്നത ശാരീരികമായ പകപോക്കലി
ലേക്ക് കടക്കുന്നത് സംസ്കാരത്തിന്റെ അപചയമാകുന്നു. വിമർശനത്തി
ന്റെ വാൾ പതിയേണ്ടത് കൃതിയുടെ മേൽ ആയിരിക്കണമെന്നും എഴു
ത്തുകാരന്റെ കഴുത്തിലാവരുതെന്നും പ്രസ്താവിച്ച മാർക്സിനെ
ഓർക്കുക.

ആമുഖമായി ഇത്രയും പറയേണ്ടിവന്നത് ഇക്കഴിഞ്ഞ ആഗസ്ത്
30 ന് രാവിലെ ധാർവാറിലെ കല്യാൺ നഗറിൽവെച്ച് അജ്ഞാതരായ
അക്രമികളുടെ വെടിയേറ്റ് മരിച്ച വിഖ്യാത കന്നഡസാഹിത്യകാരനും
വാഗ്മിയുമായ പ്രൊഫ. എം എം കൽബുർഗിയെക്കുറിച്ച് ഒരു കുറിപ്പ്
തയ്യാറാക്കാനിരുന്നപ്പോഴാണ്. കൊലപാതകത്തിന്റെ യഥാർത്ഥകാരണം
എന്തെന്ന് ഇനിയും തെളിയിക്കപ്പെട്ടിട്ടില്ലെങ്കിലും അനുഭവത്തിന്റെ വെളി
ച്ചത്തിൽ സ്വതന്ത്രമായി ചിന്തിക്കുന്നവർ മേല്പറഞ്ഞ വസ്തുതകൾ
ഓർത്തുപോകും. രണ്ടായിരത്തിപതിമൂന്നിൽ കൊല്ലപ്പെട്ട ദേശീയവാദി
നരേന്ദ്ര ധാബോൽക്കറുടെ ഘാതകന്മാരെ അടയാളപ്പെടുത്താനോ കണ്ടു
പിടിക്കാനോ അധികാരികൾക്ക് ഇന്നുവരെ സാധിച്ചിട്ടില്ല. അന്ധവിശ്വാ
സങ്ങൾക്കും അനാചാരങ്ങൾക്കും വർഗ്ഗീയതക്കുമെതിരെ പോരാടിയ
മനുഷ്യസ്നേഹിയായിരുന്നു ധാബോൽക്കർ. 2015 ഫെബ്രുവരിയിൽ
അജ്ഞാതരുടെ വെടിയേറ്റു മരിച്ച കമ്യൂണിസ്റ്റ് നേതാവ് ഗോവിന്ദ് പൻസാ
രെയാണ് മറ്റൊരു തിളങ്ങുന്ന ദൃഷ്ടാന്തം. ഇദ്ദേഹത്തിന്റെ കൊലയാളി
കളെ തിരിച്ചറിയാനോ നിയമനടപടികൾ കൈക്കൊള്ളാനോ പൊലീസിന്
കഴിഞ്ഞിട്ടില്ല. മതനിരപേക്ഷമായ ദേശീയതയുടെയും സാർവ്വലൗകിക
മായ മാനവികതയുടെയും തത്ത്വങ്ങൾ ഉയർത്തിപ്പിടിച്ചതുകൊണ്ട് മാത്രം
വെടിയുണ്ടയ്ക്ക് ഇരയാവേണ്ടി വന്ന ഇവരെ വർദ്ധിച്ച ഉൽക്കണ്ഠയോടെ
നാം ഓർക്കുന്നു. ബൗദ്ധിക ജീവിതത്തിൽ ഉടനീളം സത്യസന്ധതയും
സാമൂഹ്യപ്രതിബദ്ധതയും പുലർത്തിയിരുന്ന മഹാപണ്ഡിതനും ഗവേ
ഷകനും ഗ്രന്ഥകാരനുമായ പ്രൊഫ: എം എം കൽബുർഗിയും ഇതാ
കൊല്ലപ്പെട്ടിരിക്കുന്നു. കാലത്ത് അദ്ദേഹത്തെ അന്വേഷിച്ചു കറുത്ത
വസ്ത്രം ധരിച്ചെത്തിയ രണ്ടുചെറുപ്പക്കാരിൽ ഒരാളാണ് വെടിവെച്ചത്.

ആദ്യം യു ആർ അനന്തമൂർത്തിയായിരുന്നു. ഇപ്പോഴിതാ എം എം
കൽബുർഗി. ഹിന്ദുത്വത്തെ പരിഹസിച്ചതിന് ഒരു പട്ടിയെപ്പോലെ
ചാവേണ്ടി വന്നു – എന്ന് ടിറ്ററിൽ കുറിച്ച ഭുവിത് ഷെട്ടി ബജ്രംഗ്ദൾ
നേതാവാണെന്നും കൂടി അറിയുമ്പോഴാണ് പലതും കൂട്ടിവായിക്കാൻ
സാധിക്കുന്നത്. ഇതോടൊപ്പം *ഭഗവദ്ഗീത*യെ അപലപിച്ചു സംസാരിച്ച
തിന് മറ്റൊരു പ്രശസ്ത എഴുത്തുകാരനായ കെ എസ് ഭഗവാനുനേരെ

ഭീഷണി ഉയർന്നതും ഉൽക്കണ്ഠാകുലമാണ്. പ്രിയപ്പെട്ട കെ എസ് ഭഗ
വാൻ അടുത്ത ഊഴം നിങ്ങളുടേതാണ് എന്നാണ് ഭീഷണി ഉയർന്നത്.

ഏതായാലും ഭുവിത് ഷെട്ടിയെ അറസ്റ്റുചെയ്തതായി മംഗളൂരുവിൽ
നിന്നും വാർത്തയുണ്ടായി. കെ എസ് ഭഗവാൻ, ഗിരീഷ് കർണാഡ്, എസ്
എൽ ഭൈരപ്പ തുടങ്ങിയ കന്നഡ സാഹിത്യകാരന്മാർക്ക് പൊലീസ് സംര
ക്ഷണം ഏർപ്പെടുത്തുകയും ചെയ്തിരിക്കുന്നു. കൽബുർഗിയുടെ തിരോ
ധാനം കന്നഡ സാഹിത്യരംഗത്തും വിജ്ഞാനമേഖലകളിലുമുണ്ടാക്കിയ
നഷ്ടം അത്രയെളുപ്പം നികത്താവുന്നതല്ല. പ്രത്യേകിച്ച് കന്നഡ
ഫോക്ലോർ, സംസ്കാരം, മതം തുടങ്ങിയ മേഖലകളിൽ ഏറ്റവുമധികം
ഗവേഷണം നടത്തിയ എഴുത്തുകാരനാണ് കൽബുർഗി. നൂറിലേറെ
പുസ്തകങ്ങളും നാനൂറിൽപ്പരം ഗവേഷണപ്രബന്ധങ്ങളും ഇദ്ദേഹം
പ്രസിദ്ധീകരിച്ചിട്ടുണ്ട്. പന്ത്രണ്ടാം നൂറ്റാണ്ടിലെ സാമൂഹിക പരി
ഷ്കർത്താവും കവിയും തത്ത്വചിന്തകനുമായ ബസവേശ്വരനെ ഇത്രയ
ധികം ആഴത്തിൽ പഠിക്കുകയും വിശകലനം ചെയ്യുകയും ചെയ്ത
മറ്റൊരു എഴുത്തുകാരനോ ഗവേഷകനോ കന്നഡഭാഷയിലില്ല. ബൗദ്ധി
കമായ വിവാദങ്ങൾക്ക് തിരികൊളുത്തിയ അനേകം പ്രസ്താവങ്ങൾ
അദ്ദേഹത്തിന്റേതായി ഉണ്ട്. കർണ്ണാടകത്തിലെ ഏറ്റവും ശക്തമായ സമൂ
ദായങ്ങളിലൊന്നായ ലിംഗായത്ത് വിഭാഗത്തിൽപ്പെട്ടയാളാണ്
കൽബുർഗി. ലിംഗായത്ത് പ്രസ്ഥാനത്തിന്റെ ഉപജ്ഞാതാവും പരമ
പൂജനീയനുമായ ബസവേശ്വരനെക്കുറിച്ച് അപകീർത്തികരമായ പ്രസ്താ
വനകൾ നടത്തിയെന്നാരോപിച്ച് സമുദായ നേതാക്കളായ മഠാധിപതി
കൾ ഒന്നടങ്കം അദ്ദേഹത്തിനെതിരെ തിരിഞ്ഞു. ബസവയുടെ രണ്ടാം
ഭാര്യയായ നീലാംബിക രചിച്ച വചനങ്ങൾ പരിശോധിച്ച് അവർക്ക് ബസ
വയുമായി പാരമാർത്ഥിക ബന്ധമേ ഉണ്ടായിരുന്നുള്ളുവെന്ന് അദ്ദേഹം
സമർപ്പിച്ചു. ലിംഗായത്തുകാരുടെ മറ്റൊരു ആരാദ്ധ്യപുരുഷനായ വചന
കാരൻ ചെന്നബസവ, ബസവയുടെ സഹോദരിക്ക് ചെരുപ്പുകുത്തിയി
ലുണ്ടായ മകനാണെന്ന് അദ്ദേഹം അഭിപ്രായപ്പെട്ടു. പണ്ടേ അഭിപ്രായ
ങ്ങൾ സത്യസന്ധമായ അന്വേഷണത്തിന്റെയും യുക്തിപരമായ പഠന
ത്തിന്റെയും വെളിച്ചത്തിൽ രൂപപ്പെടുത്തിയതാണെന്ന് അദ്ദേഹം
ആവർത്തിച്ചു പറയാറുണ്ടായിരുന്നു. *മാർഗ 1* എന്ന ഗ്രന്ഥത്തിലാണ് ഈ
പരാമർശങ്ങൾ അത്രയുമുള്ളത്. കുറേക്കൂടി അടിത്തട്ടിലേക്ക് കടന്ന്
ലിംഗായത്തുകാർ ഹിന്ദുക്കളെ അല്ലെന്നുവരെ അദ്ദേഹം പ്രസ്താവിക്കു
കയുണ്ടായി. മഠാധിപതികളെയും മതനേതാക്കളെയും ഈ പ്രസ്താവ
നകൾ ചൊടിപ്പിച്ചുവെന്നുമാത്രമല്ല അദ്ദേഹത്തിനെതിരെ ഒരു തുറന്നയു
ദ്ധത്തിനു തന്നെ അവർ ഇറങ്ങിത്തിരിക്കുകയും ചെയ്തു. വിവാദമായ
പരാമർശങ്ങൾ പിൻവലിക്കണമെന്ന് അവർ നിർബ്ബന്ധിച്ചു. തുടർന്നു
ണ്ടായ അരക്ഷിതാവസ്ഥയിൽ കർണ്ണാടകയൂണിവേഴ്സിറ്റിയിലെ
കൽബുർഗിയുടെ ക്ലാസുകൾ പൊലീസ് സംരക്ഷണയിലാണ് നടന്നത്.
ഒടുവിൽ 1989 ൽ അദ്ദേഹം ആ പരാമർശം പിൻവലിച്ചു. എങ്കിലും നിരാ

ശയോടെ ഇങ്ങനെ പറഞ്ഞു. "ഞാൻ എന്റെ കുടുംബത്തെക്കരുതിയാണ് ഇങ്ങനെ ചെയ്യുന്നത്. – ബൗദ്ധികമായ ആത്മഹത്യയാണ് ഇതെന്ന് അറിഞ്ഞുകൊണ്ടുതന്നെ."

ഹംപി കന്നഡ സർവ്വകലാശാലയിലെ വൈസ് ചാൻസലറായാണ് കൽബുർഗി ഔദ്യോഗികജീവിതത്തിൽനിന്നും വിരമിച്ചത്. അവിടെ അദ്ദേഹം ഗവേഷണസംരംഭങ്ങൾക്ക് പരമ പ്രാധാന്യം നല്കി. പുരാലിഖിതങ്ങൾ, ആദിമ സാഹിത്യം പുരാതനകവികൾ, അറിയപ്പെടാതെ പോയ രാജകുടുംബങ്ങൾ എന്നീ വിഷയങ്ങളിൽ സമഗ്രമായ ഗവേഷണങ്ങളിൽ നേതൃത്വം നല്കി. ഇത് സംബന്ധിച്ച കൈയെഴുത്തുപ്രതികൾ പരിശോധിക്കുവാൻ ലണ്ടനിലെ കേംബ്രിഡ്ജ്, ഓക്സ്ഫോർഡ് സർവ്വകലാശാലകൾ സന്ദർശിക്കുകയുണ്ടായി. ചെറുപ്പം മുതല്ക്കേ അന്ധവിശ്വാസങ്ങൾക്കും അനാചാരങ്ങൾക്കുമെതിരെ ശക്തമായ പോരാട്ടം നടത്തിയ യുക്തിചിന്തകനായിരുന്നു കൽബുർഗി. വിഗ്രഹാരാധനയുടെ കടുത്ത വിമർശകനായിരുന്ന അദ്ദേഹം പ്രഭാഷണകലയിലും അദ്വിതീയനായിരുന്നു.

സംസ്കൃതത്തിലുള്ള വരേണ്യ സാഹിത്യത്തിന് സമാന്തരമായി ബസവേശ്വരന്റെ നേതൃത്വത്തിൽ പന്ത്രണ്ടാം നൂറ്റാണ്ടിൽ ആവിർഭവിച്ച വചനപ്രസ്ഥാനം ഭാരതീയ സാഹിത്യചരിത്രത്തിലെ ഒരു നാഴികക്കല്ലാണ്. സമൂഹത്തിന്റെ അടിത്തട്ടിൽ കിടന്ന് ജാതിവിവേചനത്താൽ നരകിച്ചുകൊണ്ടിരുന്ന ജനവിഭാഗങ്ങളിൽനിന്ന് വചനകാരന്മാരെന്ന് പില്ക്കാലത്ത് അറിയപ്പെട്ട കവികളും തത്ത്വചിന്തകരും ഉയർന്നു വന്നിട്ടുണ്ട്. അക്ക മഹാദേവിയടക്കമുള്ള കവയിത്രികളും അക്കൂട്ടത്തിലുണ്ടായിരുന്നു. പുലയനും പറയനും ചെരുപ്പുകുത്തിയും കന്നഡഭാഷയിൽ അതീവ ഗഹനങ്ങളായ കാവ്യശകലങ്ങളും തത്ത്വചിന്തയും രേഖപ്പെടുത്തി വചനസാഹിത്യമെന്ന പേരിൽ അറിയപ്പെട്ട ഈ പ്രസ്ഥാനത്തെക്കുറിച്ച് സമഗ്രവും ആധികാരികവുമായ ഗവേഷണം നടത്തുവാനാണ് കൽബുർഗി സ്വന്തം ജീവിതത്തിലെ സുപ്രധാനമായ കാലഘട്ടം ഉഴിഞ്ഞുവെച്ചത്.

സത്യസന്ധവും യുക്തിഭദ്രവുമായ അദ്ദേഹത്തിന്റെ സമീപനം വിശ്വാസികളെ ആദ്യന്തം അസ്വസ്ഥരാക്കിയെന്നത് ചരിത്രസത്യം. *മാർഗ്ഗ 1* എന്ന ഗ്രന്ഥം കൊടിയ വിവാദം ഇളക്കിവിട്ടു. എങ്കിലും *മാർഗ്ഗ 4* എന്ന ഗ്രന്ഥം കേന്ദ്രസാഹിത്യഅക്കാദമിയുടെ പുരസ്കാരം നേടി. ഗവേഷണപ്രബന്ധങ്ങളുടെ ഒരു സമാഹാരത്തിന് കന്നഡ ഭാഷയിൽ ആദ്യമായി ലഭിക്കുന്ന അക്കാദമിപുരസ്കാരമായിരുന്നു അത്. പിന്നീട് കർണ്ണാടക സർക്കാർ പ്രസിദ്ധീകരിച്ച സമ്പൂർണ്ണ വചനസാഹിത്യസമാഹാരത്തിന്റെ ചീഫ് എഡിറ്ററും അദ്ദേഹം തന്നെയായിരുന്നു. ഇത് ഇന്ത്യയിലെ ഇരുപത്തിരണ്ട് ഭാഷകളിൽ വിവർത്തനം ചെയ്ത് പ്രസിദ്ധീകരിക്കുന്നതിന് നേതൃത്വം വഹിച്ചത് കൽബുർഗിയാണ്. ഒരു ജനതയുടെ സാംസ്കാരിക ജീവിതത്തിൽ അവിസ്മരണീയമായ മുദ്രപതിപ്പിച്ച പ്രതിഭാധനനായ സാമൂഹിക പരിഷ്കർത്താവിന്റെ നെഞ്ചിലേക്ക് വെടിയുണ്ട പായിക്കാ

നുള്ള കാരണം എന്തായിരിക്കും. ഈ ചോദ്യം ചിന്താശീലരായ മനുഷ്യ രെയെല്ലാം വല്ലാതെ അലട്ടുന്നതാണ്. ഈ ചോദ്യത്തിന് സങ്കല്പിക്കാ വുന്ന ഉത്തരങ്ങൾ അസ്വസ്ഥത വർദ്ധിപ്പിക്കുന്നവയുമാണ്. ഏതെങ്കിലു മൊരു വിശ്വാസപ്രമാണത്തിനെതിരായി ഉയരുന്ന ശബ്ദത്തെ ഇല്ലാതാ ക്കാൻ വെടിയുണ്ടയ്ക്ക് സാധിക്കുമോ? മാനവികതയ്ക്കും സാർവ്വലൗ കീകമായ സ്നേഹത്തിനുവേണ്ടി ശബ്ദമുയർത്തുന്നവരെയും ശാസ്ത്രീ യമായ അന്വേഷണശീലക്കാരെയും ഇല്ലാതാക്കാൻ കൊലപാതകം കൊണ്ട് സാധിക്കുമോ? ഇല്ലെന്ന് തന്നെയാണ് ചരിത്രം പഠിപ്പിക്കുന്നത്.

ധാബോൽക്കറിനും പൻസാരെയ്ക്കും പിന്നാലെ

എം പ്രശാന്ത്

നരേന്ദ്ര ധാബോൽക്കർ, ഗോവിന്ദ് പൻസാരെ, എം എം കൽബുർ‌ഗി- ഹൈന്ദവ വർഗ്ഗീയ വാദികളുടെ തോക്കിൻമുനയ്ക്കിരയാ കുന്ന യുക്തിവാദികളുടെയും അന്ധവിശ്വാസവിരുദ്ധ പ്രവർത്തകരു ടെയും സാമൂഹിക പ്രവർത്തകരുടെയും പട്ടിക നീളുകയാണ്. ആശയ പ്രകാശനത്തിന് ആയുധം കൈയിലെടുത്തവരല്ല ഇവരൊന്നും. മൂർച്ച യേറിയ വാക്കുകളിലൂടെയും എഴുത്തിലൂടെയും ജനങ്ങൾക്കിടയിൽ പ്രവർത്തിച്ചായിരുന്നു മത-ജാതി ഭ്രാന്തിനെതിരെയുള്ള പോരാട്ടം. തല യുയർത്തിയുള്ള ഇടപെടലുകൾ വർഗ്ഗീയ കോമരങ്ങൾക്ക് എത്രമാത്രം അസ്വസ്ഥത സൃഷ്ടിച്ചെന്ന് ഭീരുത്വം നിറഞ്ഞ കൊലപാതക പരമ്പര തെളിയിക്കുന്നു.

ഹിന്ദു വർഗ്ഗീയവാദികൾ നിയമം കൈയിലെടുത്തു തുടങ്ങിയിട്ട് കാലമേറെയായി. മോദിയുടെ നേതൃത്വത്തിൽ തീവ്ര ഹൈന്ദവ ശക്തി കൾ കരുത്താർജ്ജിക്കുന്നു എന്ന പ്രതീതി ഉണർന്നതോടെ വിവിധ വർഗ്ഗീയ വലതുപക്ഷ ശക്തികൾ മതേതരത്വത്തിനായി നിലകൊള്ളുന്ന വരെ ഇല്ലാതാക്കാൻ വെമ്പുകയാണ്. ഹിന്ദു വർഗ്ഗീയതക്കെതിരെ ഭീഷ ണിപ്പെടുത്തി വായടപ്പിക്കാനുള്ള ശ്രമം. ധബോൽക്കറിനും പൻസാരെ ക്കുമൊക്കെ പലവട്ടം ഭീഷണി എത്തിയിരുന്നു. യു ആർ അനന്തമൂർത്തി യെപ്പൊലുള്ള പ്രഗത്ഭ വ്യക്തിത്വങ്ങളോട് പാകിസ്ഥാനിലേക്ക് ആഹ്വാനം ചെയ്തവരായിരുന്നു ഭീഷണികൾക്കു പിന്നിൽ. പെരുമാൾ മുരുകനെ പ്പോലുള്ള എഴുത്തുകാരെ നിശ്ശബ്ദരാക്കാൻ ഇടപെടലുകൾ നടത്തി യതും അവർ തന്നെ.

ഇടതു മതേതര സംഘടനകൾ ശക്തമായ കേരളംപോലെ ചുരുക്കം ഇടങ്ങളിലേ സംഘപരിവാർ ശക്തികൾക്ക് തേർവാഴ്ച സാദ്ധ്യമാകാതെ

പോകുന്നുള്ളൂ. മഹാരാഷ്ട്ര, കർണ്ണാടക, തമിഴ്നാട് തുടങ്ങി പുരോഗ മനപ്രസ്ഥാനങ്ങളും ചിന്തകളും സജീവമായിരുന്ന ഇടങ്ങളിൽ പോലും ഇന്ന് കാവി ഭീകരതയുടെ സംഹാര വാഴ്ചയാണ്. മതേതരത്വ നിലപാ ടുകൾ അന്ധവിശ്വാസത്തിനെതിരായ പ്രവർത്തനങ്ങൾ, ദളിത് ന്യൂനപക്ഷ അവകാശങ്ങൾക്കുവേണ്ടിയുള്ള ഇടപെടലുകൾ, ആൾദൈവങ്ങൾക്കെ തിരായ പ്രചാരണം തുടങ്ങി പുരോഗമനപരമായ എന്തും സംഘ പരി വാറിന് ചതുർത്ഥിയാണ്. ഇതെല്ലാം ഹൈന്ദവ വിരുദ്ധമെന്ന വിചിത്ര നിലപാടാണ് തീവ്ര വലതു ശക്തികൾക്ക്.

മോദിയുടെ നേതൃത്വത്തിൽ രാഷ്ട്രീയമായ തിരിച്ചുവരവിന് സാദ്ധ്യത തെളിഞ്ഞപ്പോൾ സംഘപരിവാരം കൊലപാതക രാഷ്ട്രീയം സജീവമാ ക്കി. ധാബോൽക്കറായിരുന്നു ആദ്യ ഇര. 2013 ആഗസ്ത് 30 ന് പൂനെ യിൽ പ്രഭാത നടത്തത്തിനിടെ 67 വയസ്സുള്ള അദ്ദേഹത്തെ ബൈക്കി ലെത്തിയ രണ്ട് ആക്രമികൾ വെടിവെച്ച് വീഴ്ത്തി. മഹാരാഷ്ട്രയിൽ അന്ധ വിശ്വാസ പ്രവർത്തനങ്ങൾ സജീവമായി നടത്തി എന്നതായിരുന്നു 'കുറ്റം'. പലകോണിൽനിന്നുള്ള ഭീഷണി വകവയ്ക്കാതെ പ്രവർത്തന ങ്ങളുമായി ധീരമായി മുന്നോട്ടു നീങ്ങുകയായിരുന്നു ധാബോൽക്കർ. മഹാ രാഷ്ട്ര അന്ധവിശ്വാസ നിർമ്മൂലൻ സമിതി എന്ന സംഘടനയുടെ സ്ഥാപക പ്രസിഡന്റായിരുന്ന അദ്ദേഹം സംസ്ഥാനത്ത് അന്ധവിശ്വാസ അനാചാര വിരുദ്ധ ബില്ലിനുവേണ്ടി ദീർഘനാൾ സമരരംഗത്തായിരുന്നു. കൊലപാതകത്തിനു പിന്നിൽ ആരെന്നു വ്യക്തമായിട്ടും അന്വേഷണം ശരിയായ ദിശയിൽ നീങ്ങിയില്ല. സി ബി ഐ കേസ് ഏറ്റെടുത്തെങ്കിലും യഥാർത്ഥ കുറ്റവാളികൾ മുന്നിലെത്തിയതുമില്ല.

ധാബോൽക്കർ കേസിലെ അന്വേഷണത്തിൽ വന്ന വീഴ്ച തന്നെ യാണ് പൻസാരെയെ വെടിവെച്ചിടാൻ അക്രമികൾക്ക് പ്രേരണയായത്. ഫെബ്രുവരി 16 ന് കോലാപൂരിൽ ഭാര്യയോടൊപ്പം പ്രഭാത നടത്തത്തി നിടെയാണ് സി പി ഐ നേതാവ് കൂടിയായ അദ്ദേഹത്തിന് വെടിയേറ്റ ത്. ഫെബ്രുവരി 20 ന് പൻസാരെ മരിച്ചു. ഹിന്ദുവർഗ്ഗീയതയ്ക്കെതിര സ്വീകരിച്ച ഉറച്ച നിലപാടായിരുന്നു സംഘപരിവാർ ശക്തികളെ ചൊടി പ്പിച്ചത്. ജാതിവ്യവസ്ഥിതിക്കെതിരെയും ദളിത് വിവേചനത്തിനെതിരെയും ഉജ്ജ്വല സമരങ്ങൾ നയിച്ച അദ്ദേഹം അന്ധവിശ്വാസ വിരുദ്ധ സമിതി യുടെ സജീവ പ്രവർത്തകനായിരുന്നു. ആരാണ് ശിവജി എന്ന പൻസാ രെയുടെ പുസ്തകം ശിവാജിയെ ഹിന്ദു നേതാവായി ചിത്രീകരിക്കാനുള്ള സംഘപരിവാർ ശ്രമങ്ങൾ പൊളിച്ചെഴുതി. എത്രമാത്രം മതേതരവാദി യായിരുന്നു ശിവാജിയെന്ന് പുസ്തകം വിവരിക്കുന്നു. മിശ്രവിവാഹത്തെ പ്രോത്സാഹിപ്പിച്ച പൻസാരെ അവസാന നാളുകളിൽ ടോൾപ്പിരിവിനെ തിരെയും സമരങ്ങൾ നയിച്ചു. മഹാരാഷ്ട്രാ സർക്കാരിന്റെ ബീഫ് നിരോ ധനത്തിനെതിരെയും പ്രചാരണം നടത്തി.

ഡോ. കൽബുർഗിയുടെ കൊലയ്ക്കു പിന്നിൽ

വിഷ്ണുമംഗലം കുമാർ

സ്വതന്ത്ര ചിന്തകനും തികഞ്ഞ മതേതരത്വവാദിയും കന്നഡ ത്തിലെ പ്രമുഖ എഴുത്തുകാരനുമായ ഡോ. എം എം കൽബുർഗിയുടെ അരുംകൊല നല്കുന്ന സന്ദേശം ഭീതി ജനിപ്പിക്കുന്നതാണ്. അഭിപ്രായ സ്വാതന്ത്ര്യം അടിത്തറയായ ജനാധിപത്യം നമ്മുടെ രാജ്യത്തുനിന്ന് തുട ച്ചുമാറ്റാനായി ഉന്നം പിഴയ്ക്കാതെ വെടിയുതിർക്കുന്ന വാടകക്കൊലയാ ളികൾക്ക് ക്വട്ടേഷൻ കൊടുത്തുകഴിഞ്ഞു എന്ന ഗൗരവമായ ആരോപ ണമാണ് ശരിവയ്ക്കപ്പെടുന്നത്. വർഗ്ഗീയതക്കെതിരെ ശബ്ദിക്കുന്നവരും എഴുതുന്നവരും ഏതു നിമിഷവും വെടിയുണ്ടയ്ക്കിരയാകാം. മതേതര ത്വവാദികളെയും ജനാധിപത്യവിശ്വാസികളെയും വെടിയുണ്ടയിലൂടെ നിശ്ശ ബ്ദരാക്കിയിട്ടാണ് ലോകത്തിന് മാതൃകയാകുന്ന വിധത്തിൽ ഭാരതീയ സംസ്കാരം കെട്ടിപ്പടുക്കാൻ ഹിന്ദുത്വ തീവ്രവാദികൾ ആഗ്രഹിക്കുന്ന തെങ്കിൽ ആ കാടത്തത്തിനെതിരെ രാജ്യമാസകലം പ്രതിഷേധം ഇര മ്പുമെന്നത് തീർച്ചയാണ്. മത ഭീകരവാദികളുടെ തോക്കുകൾക്ക് തട യാനാകുമോ ആ പ്രതിഷേധ കൊടുങ്കാറ്റ്? പൂനെയിലെ നരേന്ദ്ര ധാബോൽക്കർക്കും ഖോലാപ്പൂരിലെ ഗോവിന്ദ പൻസാരെയ്ക്കും പിന്നാലെ ധാർവാഡയിലെ ഡോക്ടർ കൽബുർഗിയും ഏറെ സാമ്യത യുള്ള വിധത്തിലാണ് നിഷ്കരുണം വധിക്കപ്പെട്ടത്. കൊല്ലപ്പെട്ട സാംസ്കാരിക നായകരുടെ ചിന്താപദ്ധതികളും നിലപാടുകളും വില യിരുത്തുമ്പോൾ കൊലയ്ക്കുപിന്നിൽ ആരെന്നും അനുമാനിക്കാൻ പ്രയാ സമില്ല. സംശയത്തിന്റെ കുന്തമുന സംശയലേശമെന്യേ നീളുന്നത് ഹിന്ദു വർഗ്ഗീയ വാദികളുടെ നേരെ തന്നെയാണ്. അവർ പരിശീലിപ്പിച്ചവരോ ഏർപ്പെടുത്തിയ വാടകക്കൊലയാളികളോ ആണ് ഡോക്ടർ കൽബുർ ഗിയെ കൊലപ്പെടുത്തിയതെന്ന് സാഹചര്യത്തെളിവുകളിൽനിന്ന് വ്യക്ത മാക്കുന്നുണ്ട്.

തികച്ചും ആസൂത്രിതം

ആഗസ്ത് 30 ഞായർ രാവിലെ 8.30. രണ്ട് യുവാക്കൾ ബൈക്കിൽ ധാർവാഡയിലെ കല്യാൺ നഗറിലുള്ള ഡോക്ടർ കൽബുർഗിയുടെ വീടിന്റെ മുന്നിലെത്തി. ഒരാൾ വേഗത്തിൽ വാതിലിനടുത്തെത്തി ബെല്ല ടിച്ചു. മറ്റേയാൾ എഞ്ചിൻ ഓഫാക്കാതെ ബൈക്കിൽ തന്നെയിരുന്നു. കൽബുർഗിയുടെ ഭാര്യ ഉമാദേവിയാണ് വാതിൽ തുറന്നത്. സാഹിത്യ വിദ്യാർത്ഥിയാണെന്നും ഡോക്ടർ കൽബുർഗിയെ കാണാൻ വന്നതാ ണെന്നും ഏതാണ്ട് ഇരുപത്തിയഞ്ച് വയസ്സു മതിക്കുന്ന യുവാവ് ഭവ്യത യോടെ പറഞ്ഞു. കൽബുർഗിയെ വിവരം അറിയിച്ചശേഷം ഉമാദേവി അടുക്കളയിലേക്ക് പോയി. മൊബൈലിൽ ആരോടോ സംസാരിച്ചുകൊ ണ്ടാണ് കൽബുർഗി വാതിലിനടുത്തേക്ക് നടന്നത്. അദ്ദേഹം അടുത്തെ ത്തിയതും യുവാവ് തോക്കെടുത്ത് അദ്ദേഹത്തിന്റെ നെറ്റിയിലേക്ക് രണ്ടു തവണ നിറയൊഴിച്ചു. അലർച്ചയോടെ നിലത്ത് പിടഞ്ഞുവീണ കൽബുർഗി ചോരയിൽ കുതിർന്നു. യുവാക്കൾ തൽക്ഷണം ബൈക്കിൽ രക്ഷപ്പെട്ടിരുന്നു. വീട്ടിൽ ഉമാദേവിയെ കൂടാതെ മകൾ രൂപ ദർശിയും കൊച്ചുമകനും ഉണ്ടായിരുന്നു. അവരും അയൽക്കാരും ചേർന്ന് ഉടൻതന്നെ ആശുപത്രിയിൽ എത്തിച്ചെങ്കിലും കൽബുർഗിയുടെ ജീവൻ രക്ഷിക്കാനായില്ല.

ധീരചിന്തകൾ

കന്നഡത്തിലെ പ്രമുഖ പുരോഗമനസാഹിത്യകാരനും വിദ്യാഭ്യാസ ചിന്തകനും ആയിരുന്നു എഴുപത്തിയേഴുകാരനായ ഡോക്ടർ കൽബുർഗി, ഗുൽബർഗയിലെ വിജയപുര ഗ്രാമത്തിൽ 1939 ൽ ആണ് ജനനം. ധാർവാഡയിലെ കർണ്ണാടക സർവ്വകലാശാലയിൽ കന്നഡ ഭാഷാവിഭാഗം തലവനായിരുന്നു. പന്ത്രണ്ടാം നൂറ്റാണ്ടിൽ ജീവിച്ച സാമൂഹ്യ പരിഷ്കർത്താവ് ബസവണ്ണയുടെ വചനങ്ങൾക്ക് നല്കിയ വ്യാഖ്യാനങ്ങളാണ് ഇദ്ദേഹത്തെ ശ്രദ്ധേയനാക്കിയത്. ഇടതുപക്ഷ സഹ യാത്രികനായ കൽബുർഗി തന്റെ പുരോഗമനാശയങ്ങൾ തുറന്നു പറ യാൻ മടിച്ചിരുന്നില്ല. എന്നാൽ 1989 ൽ ബസവ വചനങ്ങളുടെ പഠന ത്തിന്റെ ഭാഗമായി നടത്തിയ ചില പരാമർശങ്ങൾ അദ്ദേഹം കൂടി അംഗ മായ ലിംഗായത്ത് സമുദായത്തിലെ യാഥാസ്ഥിതിക വിഭാഗത്തെ പ്രകോ പിപ്പിക്കുകയും അദ്ദേഹത്തിന്റെ ജീവനുതന്നെ ഭീഷണി ഉയരുകയും ചെയ്തു. ബസവണ്ണയുടെ രണ്ടാമത്തെ പത്നി നീലാംബികയുടെ വച നങ്ങൾ, മരുമകൻ ചെന്ന ബസവണ്ണയുടെ ജനനം എന്നിവയുമായി ബന്ധ പ്പെട്ട പരാമർശങ്ങളാണ് വിവാദങ്ങൾക്ക് വഴിയൊരുക്കിയത്. പ്രതിഷേധം ശക്തമായതിനെത്തുടർന്ന് ആ പരാമർശങ്ങൾ അദ്ദേഹത്തിന് പിൻവലി ക്കേണ്ടിവന്നു. എന്റെ കുടുംബത്തിന്റെ സുരക്ഷ പരിഗണിച്ചാണ് ഈ തീരുമാനം. എന്റെ ബൗദ്ധിക ആത്മഹത്യകൂടിയാണിത്. അദ്ദേഹം പര

സ്യമായി പ്രഖ്യാപിച്ചു കർണ്ണാടക സർവ്വകലാശാലയിലെ ബസവ പഠ നകേന്ദ്രത്തിന്റെ അദ്ധ്യക്ഷ പദവി രാജിവയ്ക്കുകയും ചെയ്തു. പിന്നീട് ഒരിക്കലും ബസവ വചനങ്ങളുടെ വിവാദവ്യാഖ്യാനങ്ങൾക്ക് അദ്ദേഹം മുതിർന്നില്ല. ഇതര വിഷയങ്ങളിൽ പഠനവും ഗവേഷണവും തുടർന്നു. ഹംപി സർവ്വകലാശാല വൈസ് ചാൻസലർ എന്ന നിലയിൽ വിദ്യാഭ്യാസ മേഖലയ്ക്ക് കനപ്പെട്ട സംഭാവനകൾ നല്കി. നൂറിലേറെ പുസ്തകങ്ങ ളുടെ കർത്താവാണ്. കേന്ദ്ര സാഹിത്യ അവാർഡ് ഉൾപ്പെടെ നിരവധി പുരസ്കാരങ്ങൾ ലഭിച്ചിട്ടുണ്ട്.

വീണ്ടും വിവാദം

സംസ്ഥാനഗവൺമെന്റ് അവതരിപ്പിക്കാൻ ഉദ്ദേശിക്കുന്ന അന്ധവി ശ്വാസ നിരോധനബില്ലിനെപ്പറ്റി കഴിഞ്ഞ വർഷം ബംഗളൂരുവിൽ ചർച്ച നടന്നിരുന്നു. ഡോക്ടർ യു ആർ അനന്തമൂർത്തിയോടൊപ്പം വേദി പങ്കി ടവെ നടത്തിയ ചില പരാമർശങ്ങൾ ഡോക്ടർ കൽബുർഗിയെ വീണ്ടും ഹിന്ദു തീവ്രവാദികളുടെ നോട്ടപ്പുള്ളിയാക്കി. വിഗ്രഹാരാധന തെറ്റാണെന്ന് സമർത്ഥിച്ച അദ്ദേഹം ലിംഗായത്തുകാർ ഹൈന്ദവരുടെ ഭാഗമല്ലെന്നും വാദിച്ചിരുന്നു. ബജ്രംഗ്ദളും വിശ്വഹിന്ദു പരിഷത്തും ഇതിനെതിരെ പ്രതി ഷേധവുമായി തെരുവിൽ ഇറങ്ങി. കൽബുർഗിയുടെ ധാർവാഡയിലെ വീടിനുനേരെ കല്ലേറുണ്ടായി. വീടിനുമുന്നിൽ പ്രതിഷേധപ്രകടനവും നട ന്നു. അതേത്തുടർന്നാണ് ഗവൺമെന്റ് കൽബുർഗിയുടെ വീടിനു പൊലീസ് കാവൽ ഏർപ്പെടുത്തിയത്. ഡോക്ടർ അനന്തമൂർത്തിയുടെ മരണത്തെത്തുടർന്ന് വിവാദം കെട്ടടങ്ങിയിരുന്നു. അന്ധവിശ്വാസനിരോ ധനബിൽ ഗവൺമെന്റ് നിയമസഭയിൽ അവതരിപ്പിച്ചുമില്ല. വിവാദപരാ മർശങ്ങൾ ഒന്നും തന്നെ പിന്നീട് കൽബുർഗിയിൽനിന്ന് ഉണ്ടായില്ല. അദ്ദേഹം പഠനത്തിലും ഗവേഷണത്തിലും ശ്രദ്ധ കേന്ദ്രീകരിച്ചു. വിവാദ പരമായ എഴുത്തും ഉണ്ടായില്ല. ഡോക്ടർ കൽബുർഗി ആവർത്തിച്ചു ആവശ്യപ്പെട്ടതുകൊണ്ടാണ് കഴിഞ്ഞ മാസം പൊലീസ് കാവൽ പിൻവ ലിച്ചത്.

അന്വേഷണം സി ബി ഐയ്ക്ക്

വിവാദം കെട്ടടങ്ങിയിരുന്നെങ്കിലും പ്രതിയോഗികൾ ഡോക്ടർ കൽബുർഗിയെ ഹിറ്റ്‌ലിസ്റ്റിൽപ്പെടുത്തി തക്കം പാർത്തിരിക്കുകയായിരു ന്നെന്ന് അദ്ദേഹത്തെ ആസൂത്രിതമായി കൊലപ്പെടുത്തിയതിൽനിന്നും വ്യക്തമാകുന്നുണ്ട്. പൊലീസ് കാവൽ പിൻവലിച്ച ഉടൻതന്നെ കുറ്റവാ ളികൾ ഗൂഢാലോചന നടത്തി കൊലപാതകം ആസൂത്രണം ചെയ്തിരി ക്കണം. കൊല നടത്താൻ നിയോഗിക്കപ്പെട്ടവർ രാവിലെ 8.30 ന് സാഹിത്യ വിദ്യാർത്ഥികൾ എന്ന വ്യാജേന കൽബുർഗിയുടെ വീട്ടിലെ ത്തിയത് സംശയിക്കാനുള്ള സാദ്ധ്യത ഒഴിവാക്കാനാണ്. പരിചിതരും അപ രിചിതരും ആയ നിരവധി സന്ദർശകർ കൽബുർഗിയെ കാണാൻ വീട്ടി

ലെത്താറുണ്ട്. അതിനാൽ വാതിൽ തുറന്ന അദ്ദേഹത്തിന്റെ പത്നി സാഹിത്യ വിദ്യാർത്ഥികളെ ഒട്ടും സംശയിച്ചില്ല. കാര്യങ്ങൾ പല തവണ രഹസ്യമായി അന്വേഷിച്ച് ഉറപ്പു വരുത്തിയാണ് കൊല നടത്തിയതെന്ന് സ്പഷ്ടം.

ഡോക്ടർ കൽബുർഗിക്ക് നാല് മക്കളാണ് ഒരാണും മൂന്ന് പെണ്ണും. മകൻ ശ്രീവിജയും മകൾ പൂർണ്ണിമ പ്രോതിമയും ബംഗളുരുവിലാണ് താമസം. യു എസിൽ താമസിക്കുന്ന രണ്ടാമത്തെ മകൾ രൂപാദർശി മാതാപിതാക്കളെയും എഞ്ചിനീയറിങ് വിദ്യാർത്ഥിയായ മകനെയും കാണാനായി ധാർവാഡയിലെ വീട്ടിൽ എത്തിയതായിരുന്നു.

കഴിഞ്ഞ വർഷം കോലാപ്പൂരിൽ വെടിയേറ്റു മരിച്ച പ്രമുഖ ചിന്ത കനും സി പി ഐ നേതാവുമായിരുന്ന ഗോവിന്ദ് പൻസാരെയുമായി ഡോ. കൽബുർഗിക്ക് അടുത്ത സൗഹൃദം ഉണ്ടായിരുന്നു. പൻസാരെയുടെ ഘാതകരെ ഇനിയും പിടികൂടാനായിട്ടില്ല. കൽബുർഗിയുടെ കൊലയാ ളികളെക്കുറിച്ചും സൂചനകളൊന്നും ഇതുവരെ ലഭിച്ചിട്ടില്ല. കൊലയാളി കളെ എത്രയും വേഗം പിടികൂടണമെന്ന് ആവശ്യപ്പെട്ടുകൊണ്ട് കർണ്ണാ ടകത്തിൽ ഉടനീളം പ്രതിഷേധ യോഗങ്ങളും പ്രകടനങ്ങളും നടക്കു ന്നുണ്ട്.

അടുത്ത ഊഴം സ്വതന്ത്ര ചിന്തകനായ കെ എസ് ഭഗവാൻ ആണെന്ന് ട്വീറ്റ് ചെയ്ത ബജ്രംഗ്ദൾ പ്രവർത്തകൻ ഭൂവിദ് ഷെട്ടിയെ പൊലീസ് അറസ്റ്റുചെയ്തു. കെ എസ് ഭഗവാന് പൊലീസ് കാവൽ ഏർപ്പെ ടുത്തുകയും ചെയ്തു. ഗിരീഷ് കർണ്ണാട്, ചമ്പ തുടങ്ങിയ എഴുത്തു കാർക്കും പൊലീസ് സംരക്ഷണം ഏർപ്പെടുത്തിയിട്ടുണ്ട്. ഡോ. കൽബുർഗി വധക്കേസ് സി ബി ഐയ്ക്ക് വിടാൻ മന്ത്രിസഭാ യോഗം തീരുമാനിച്ചു. സി ബി ഐ അന്വേഷണം ഏറ്റെടുക്കുന്നതുവരെ സംസ്ഥാന പൊലീസിലെ സി ഐ ഡി വിഭാഗം അന്വേഷിക്കും.

വിശ്വാസവാണിഭക്കാരുടെ കുരുതി വീണ്ടും

പ്രൊഫ. കെ പാപ്പൂട്ടി

ഇടതുപക്ഷ ചിന്താഗതിക്കാരനും ഹംപി യൂണിവേഴ്സിറ്റി മുൻ വൈസ് ചാൻസലറുമായ കൽബുർഗി പൊതുവിൽ ശാസ്ത്ര-യുക്തി ബോധം പ്രചരിപ്പിക്കാൻ ശ്രമിച്ച വ്യക്തിത്വമാണ്. അന്ധവിശ്വാസത്തി നെതിരെ നിരന്തരം പോരാടി. ആ മേഖലയിലെ കച്ചവടത്തിന് കുറവ് സംഭവിക്കുമ്പോൾ അന്ധവിശ്വാസങ്ങളെ എതിർക്കുന്നവരെ ഇല്ലാതാക്കു കയാണ് ചെയ്യുന്നത്. അതാണ് അദ്ദേഹത്തെ വെടിവച്ചു കൊല്ലാനുണ്ടായ കാരണവും. യുക്തി-ശാസ്ത്ര ചിന്ത പ്രചരിപ്പിച്ചതിന് ധാബോൽക്കർ കൊല ചെയ്യപ്പെട്ടതും ഇത്തരത്തിലാണ്. സമൂഹത്തിൽ അസഹിഷ്ണുത അതിഭീകരമായി വർദ്ധിക്കുകയാണ്. ഇന്ത്യയിൽ അടുത്തിടെ ഇത്തര ത്തിലുള്ള മൂന്നാമത്തെ കൊലപാതകമാണ്. ഇവിടെ മാത്രമല്ല ബംഗ്ലാ ദേശിലും മൂന്നുപേർ വധിക്കപ്പെട്ടു.

പാകിസ്ഥാനിൽ ഇത് നിത്യസംഭവമാണ്. ആൾദൈവങ്ങൾ അന്ധ വിശ്വാസത്തെ ചൂഷണം ചെയ്ത് കോടികൾ സമ്പാദിക്കുകയാണ്. ആയി രക്കണക്കിന് അനുയായികളും ചുറ്റുമുണ്ടായിരുന്നു. അതേസമയം, ദൈവ ത്തിൽ ഒരാൾ വിശ്വസിച്ചില്ലെങ്കിൽ ദൈവത്തിന്റെ ശക്തി കുറഞ്ഞുപോ കുമെന്ന് ഒരു വിശ്വാസിയും കരുതുന്നില്ല. ഇന്ത്യയിൽ അന്ധവിശ്വാസം പല രൂപത്തിൽ പണ്ടേ ഉണ്ടായിരുന്നു. ജ്യോതിഷം, ഹസ്തരേഖ തുട ങ്ങിയ രൂപങ്ങളിൽ. ഇന്ന് അവയ്ക്കു പുറമേ പുതിയവയും വരുന്നു. അക്ഷ യതൃതീയ ദിനത്തിൽ സ്വർണ്ണം വാങ്ങുമ്പോൾ ഐശ്വര്യം വരുമെന്ന് പറ യുന്നത് പുതിയ അന്ധവിശ്വാസമാണ്. ഇത്തരത്തിലുള്ള അന്ധവിശ്വാ സങ്ങളെയും അനാചാരങ്ങളെയും എതിർക്കുകയാണ് കൽബുർഗി ചെയ്തത്. കൂലിക്കൂടുതലിന് നേതൃത്വം നല്കുന്ന തൊഴിലാളി നേതാ

വിനെ കൊല്ലുന്നതുപോലെ തന്നെയാണ് അന്ധവിശ്വാസത്തെ എതിർക്കു
മ്പോഴുണ്ടാകുന്ന ഇത്തരത്തിലുള്ള ഹത്യകളും, പൊലീസും ഭരണനേ
തൃത്വങ്ങളും ഇത്തരക്കാർക്ക് വഴങ്ങുകയാണ്. ധാബോൽക്കറെ കൊല
പ്പെടുത്തിയവരിൽ ആരെയും ഇതുവരെ പിടിച്ചിട്ടില്ല. പ്രതികളെ അറി
യാഞ്ഞിട്ടും പിടിക്കാൻ കഴിയാഞ്ഞിട്ടുമല്ല. അവർ അന്ധവിശ്വാസം പ്രച
രിപ്പിക്കുന്നവർക്ക് കൂട്ടുനില്ക്കുകയാണ്.